AF215839

Impressum
Verlag: BABADADA GmbH, Nedderfeld 112 , 22529 Hamburg
Geschäftsführer / Verlagsleitung: Harald Hof
Druck: Books on Demand GmbH, In de Tarpen 42, 22848 Norderstedt

Imprint
Publisher: BABADADA GmbH, Nedderfeld 112 , 22529 Hamburg, Germany
Managing Director / Publishing direction: Harald Hof
Print: Books on Demand GmbH, In de Tarpen 42, 22848 Norderstedt

σχολείο
trường học

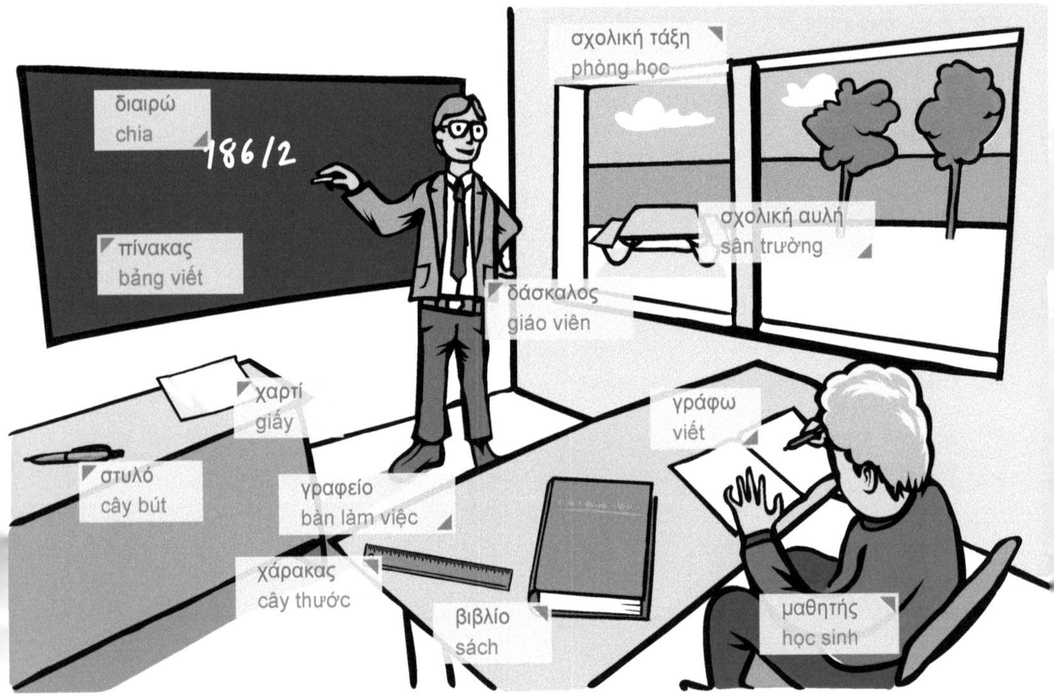
σχολική τάξη
phòng học
διαιρώ
chia
186/2
πίνακας
bảng viết
σχολική αυλή
sân trường
δάσκαλος
giáo viên
χαρτί
giấy
γράφω
viết
στυλό
cây bút
γραφείο
bàn làm việc
χάρακας
cây thước
βιβλίο
sách
μαθητής
học sinh

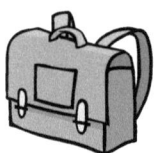

σχολική τσάντα

cặp đeo vai học sinh

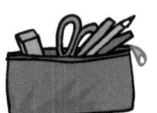

κασετίνα/ μολυβοθήκη

hộp đựng bút

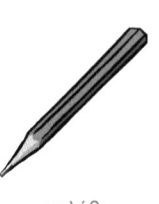

μολύβι

bút chì

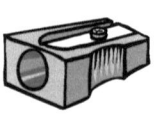

ξύστρα

cái gọt bút chì

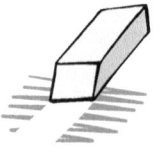

γόμα

cục tẩy

μπλοκ ζωγραφικής

tập giấy vẽ

ζωγραφική

bản vẽ

πινέλο

cọ vẽ

κουτί χρωμάτων

hộp mực vẽ

ψαλίδι

cây kéo

κόλλα

keo dán

τετράδιο ασκήσεων

sách bài tập

εργασία για το σπίτι

bài tập ở nhà

αριθμός

số

προσθέτω

cộng

αφαιρώ

trừ

πολλαπλασιάζω

nhân

υπολογίζω

tính toán

γράμμα

chữ cái

αλφάβητο

bảng chữ cái

λέξη

từ

κείμενο

văn bản

διαβάζω

đọc

κιμωλία

phấn viết

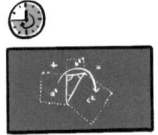

μάθημα

bài học

εγγράφομαι

sổ lớp

τεστ

thi kiểm tra

πιστοποιητικό

chứng chỉ

μαθητική στολή

đồng phục học sinh

εκπαίδευση

giáo dục

εγκυκλοπαίδεια

từ điển bách khoa

πανεπιστήμιο

đại học

μικροσκόπιο

kính hiển vi

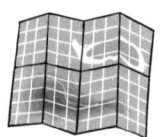

χάρτης

bản đồ

καλάθι αχρήστων

thùng rác giấy

ξενοδοχείο
khách sạn

Grand

ξενώνας
nhà trọ

ROOMS

ανταλλακτήρια συναλλάγματος
quầy đổi tiền

EXCHANGE

βαλίτσα
va li

αυτοκίνητο
xe ô tô

γλώσσα
ngôn ngữ

ναι / όχι
có / không

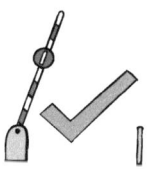

εντάξει
ô kê

γεια σου
Xin chào

μεταφραστής
thông dịch viên

Ευχαριστώ
cảm ơn

πόσο κάνει ;

... bao nhiêu tiều?

Δε καταλαβαίνω

tôi không hiểu

πρόβλημα

vấn đề

Καλησπέρα!

Xin chào! (buổi tối)

Καλημέρα!

xin chào! (buổi sáng)

Καληνύχτα!

chúc ngủ ngon!

Αντίο

tạm biệt

κατεύθυνση

hướng đi

αποσκευές

hành lý

τσάντα

túi xách

σακίδιο πλάτης

túi ba lô

καλεσμένος

khách

δωμάτιο

phòng

υπνόσακος

túi ngủ

σκηνή

lều

τουριστικές πληροφορίες

thông tin du lịch

παραλία

bãi biển

πιστωτική κάρτα

thẻ tín dụng

πρωινό

ăn sáng

μεσημεριανό

ăn trưa

δείπνο

ăn tối

εισιτήριο

vé xe

ανελκυστήρας

thang máy

γραμματόσημο

tem bưu điện

σύνορα

biên giới

τελωνείο

hải quan

πρεσβεία

đại sứ quán

βίζα

thị thực

διαβατήριο

hộ chiếu

μεταφορά
vận chuyển

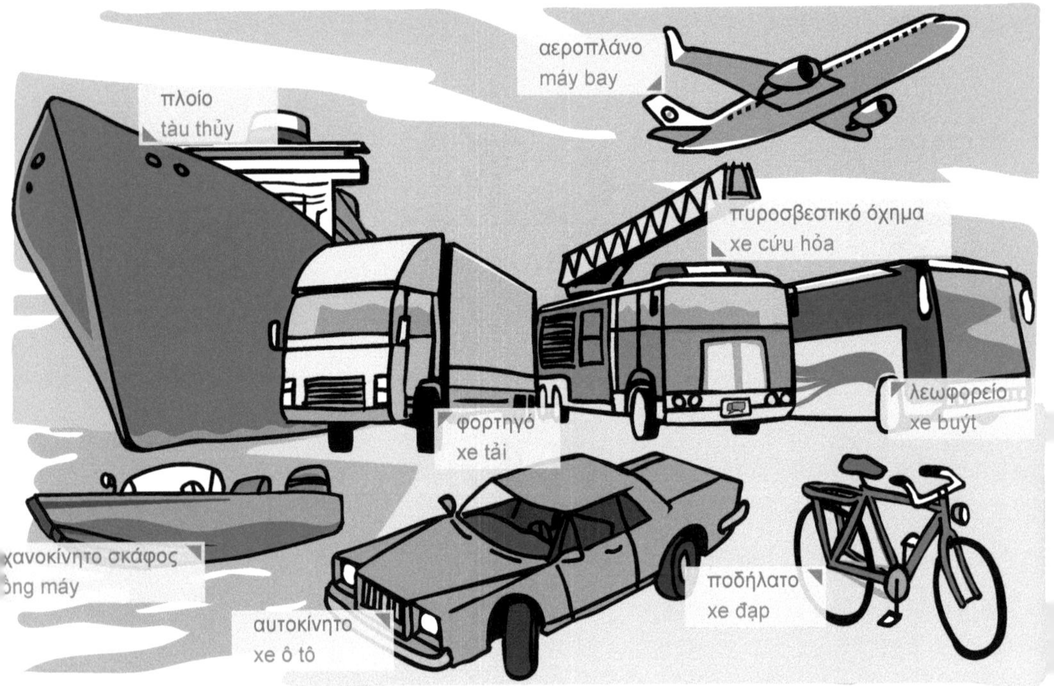
αεροπλάνο
máy bay
πλοίο
tàu thủy
πυροσβεστικό όχημα
xe cứu hỏa
λεωφορείο
xe buýt
φορτηγό
xe tải
χανοκίνητο σκάφος
ồng máy
ποδήλατο
xe đạp
αυτοκίνητο
xe ô tô

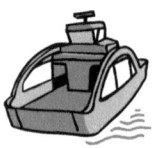

φεριμπότ

phà

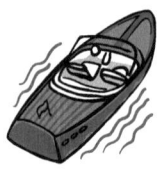

βάρκα

xuồng

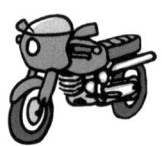

μοτοσικλέτα

xe máy

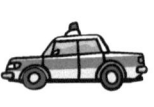

περιπολικό

xe cảnh sát

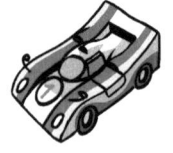

αγωνιστικό αυτοκίνητο

xe đua

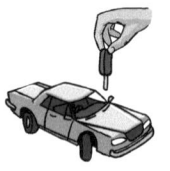

ενοικιαζόμενο αυτοκίνητο

xe cho thuê

διαμοιρασμός αυτοκινήτων

dịch vụ thuê xe tự lái

γερανός

xe kéo cứu hộ

απορριμματοφόρο

xe rác

κινητήρας

động cơ

καύσιμο

xăng

βενζινάδικο

trạm xăng

πινακίδα σήμανσης

biển báo giao thông

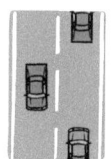

κυκλοφορία

giao thông

κυκλοφοριακή συμφόρηση

ách tắc giao thông

χώρος στάθμευσης

bãi đậu xe

σιδηροδρομικός σταθμός

nhà ga

σιδηροδρομικές γραμμές

đường ray

τρένο

xe lửa

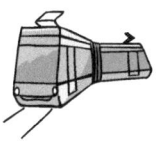

τραμ

tàu điện

βαγόνι

toa xe

ελικόπτερο

máy bay trực thăng

αεροδρόμιο

sân bay

πύργος

tháp

επιβάτης

hành khách

εμπορευματοκιβώτιο

côngtenơ

χαρτοκιβώτιο

thùng các-tông

καρότσι

xe đẩy

καλάθι

cái giỏ

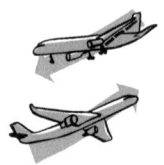

απογειώνομαι /
προσγειόνομαι

cất cánh / hạ cánh

πόλη
thành phố

χωριό

làng

κέντρο της πόλης

trung tâm thành phố

σπίτι

nhà

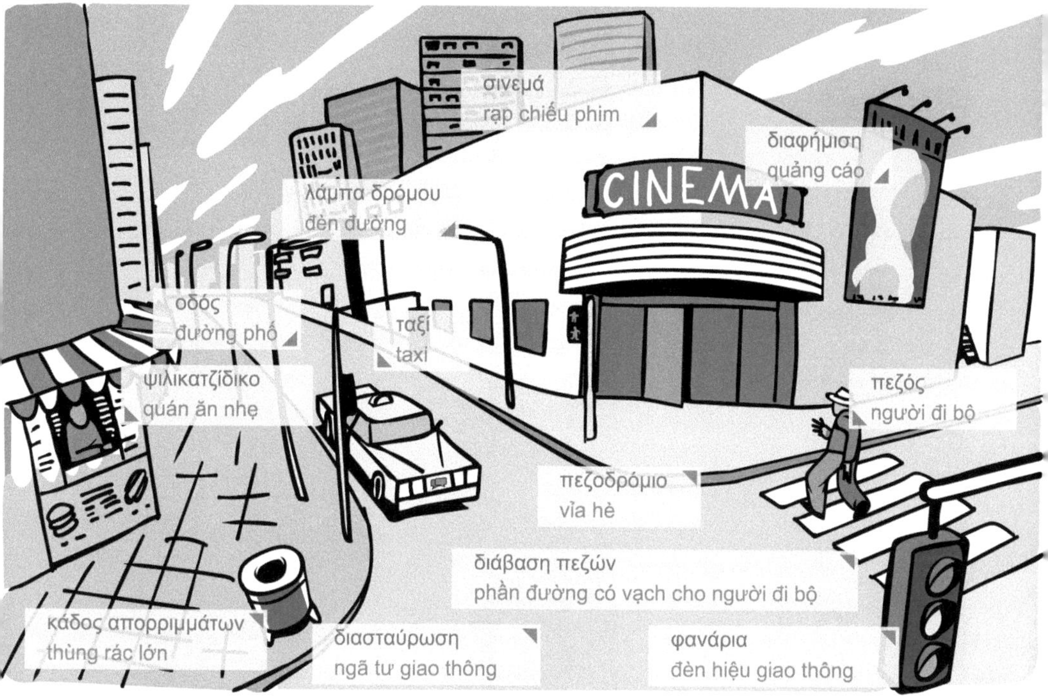

σινεμά
rạp chiếu phim

διαφήμιση
quảng cáo

λάμπα δρόμου
đèn đường

οδός
đường phố

ταξί
taxi

ψιλικατζίδικο
quán ăn nhẹ

πεζός
người đi bộ

πεζοδρόμιο
vỉa hè

διάβαση πεζών
phần đường có vạch cho người đi bộ

κάδος απορριμμάτων
thùng rác lớn

διασταύρωση
ngã tư giao thông

φανάρια
đèn hiệu giao thông

καλύβα

nhà chòi

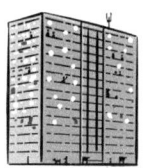

διαμέρισμα

căn hộ

σιδηροδρομικός σταθμός

nhà ga

δημαρχείο

tòa thị chính

μουσείο

viện bảo tàng

σχολείο

trường học

πόλη - thành phố

πανεπιστήμιο

đại học

τράπεζα

ngân hàng

νοσοκομείο

bệnh viện

ξενοδοχείο

khách sạn

φαρμακείο

hiệu thuốc

γραφείο

văn phòng

βιβλιοπωλείο

hiệu sách

κατάστημα

cửa hiệu

ανθοπωλείο

cửa hiệu bán hoa

σούπερ μάρκετ

siêu thị

αγορά

chợ

πολυκατάστημα

cửa hàng bách hóa

ιχθυοπωλείο

người bán cá

εμπορικό κέντρο

trung tâm mua bán

λιμάνι

bến cảng

πάρκο

công viên

παγκάκι

ghế băng

γέφυρα

cầu

σκάλες

cầu thang

μετρό

tàu điện ngầm

τούνελ

đường hầm

στάση λεωφορείου

trạm xe buýt

μπαρ

quán bar

εστιατόριο

khách sạn

γραμματοκιβώτιο

hòm thư công cộng

πινακίδα δρόμου

bảng hiệu đường

παρκόμετρο

đồng hồ đậu xe

ζωολογικός κήπος

vườn bách thú

πισίνα

bể bơi

τζαμί

nhà thờ Hồi giáo

αγρόκτημα

nông trại

ρύπανση

ô nhiễm môi trường

νεκροταφείο

nghĩa trang

εκκλησία

nhà thờ

παιδική χαρά

sân chơi

ναός

ngôi đền

τοπίο
phong cảnh

φύλλο
lá cây

πινακίδα κατεύθυνσης
bảng chỉ đường

δρόμος
lối đi

λιβάδι
bãi cỏ

πέτρα
hòn đá

δέντρο
cây

πεζοπόρος
người đi bộ đường dài

ποτάμι
sông

χορτάρι
cỏ

λουλούδι
bông hoa

κοιλάδα

thung lũng

λόφος

đồi

λίμνη

hồ nước

δάσος

rừng

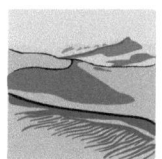

έρημος

sa mạc

ηφαίστειο

núi lửa

κάστρο

lâu đài

ουράνιο τόξο

cầu vồng

μανιτάρι

nấm

φοίνικας

cây cọ

κουνούπι

con muỗi

μύγα

con ruồi

μυρμήγκι

con kiến

μέλισσα

con ong

αράχνη

con nhện

σκαθάρι

bọ cánh cứng

βάτραχος

con ếch

σκίουρος

con sóc

σκαντζόχοιρος

con nhím

λαγός

con thỏ

κουκουβάγια

con cú

πουλί

con chim

κύκνος

thiên nga

αγριογούρουνο

heo rừng

ελάφι

con hươu

άλκη

nai sừng tấm

φράγμα

đê

ανεμογεννήτρια

tuabin gió

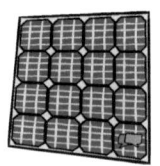

ηλιακός συλλέκτης

tấm năng lượng mặt trời

κλίμα

khí hậu

εστιατόριο
khách sạn

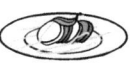

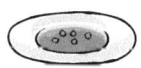

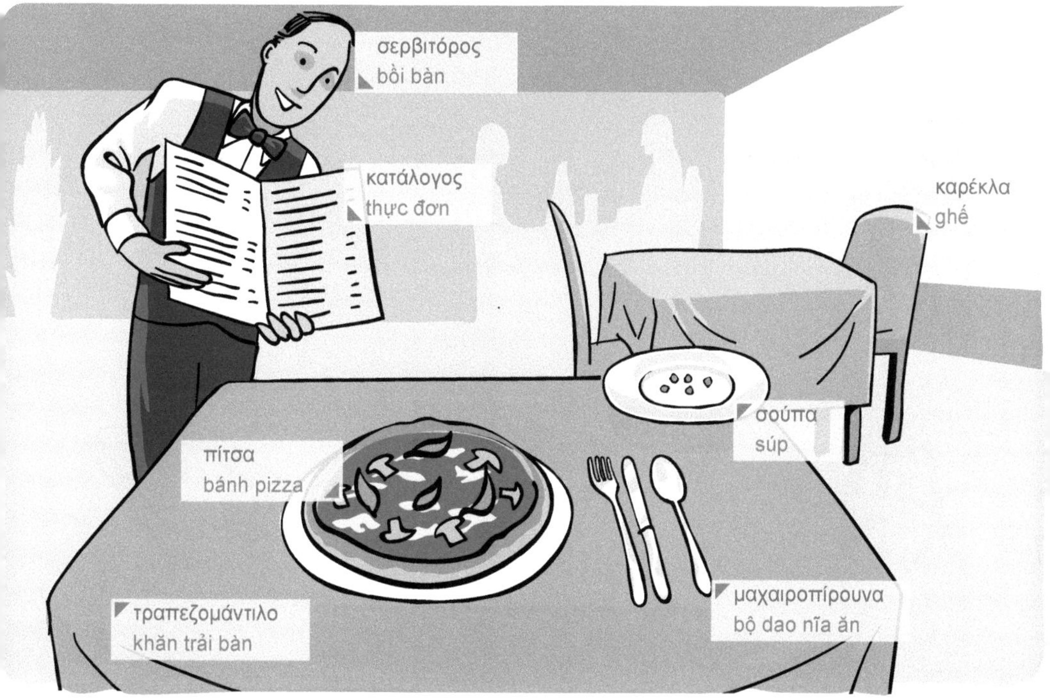
σερβιτόρος
bồi bàn
κατάλογος
thực đơn
καρέκλα
ghế
σούπα
súp
πίτσα
bánh pizza
τραπεζομάντιλο
khăn trải bàn
μαχαιροπίρουνα
bộ dao nĩa ăn

ορεκτικό

món ăn khai vị

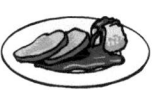

κύριο πιάτο

món ăn chính

επιδόρπιο

món tráng miệng

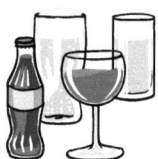

ποτά

thức uống

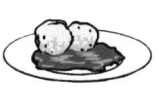

φαγητό

thức ăn

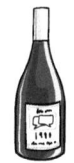

μπουκάλι

cái chai

φαστ φουντ

thức ăn nhanh

φαγητό στ' όρθιο

thức ăn đường phố

τσαγιέρα

ấm trà

δοχείο ζάχαρης

hộp đường

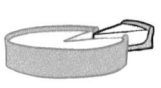

μερίδα

khẩu phần

μηχανή εσπρέσο

máy pha espresso

ψηλή καρέκλα

ghế cao

λογαριασμός

hóa đơn

δίσκος

khay

μαχαίρι

dao

πιρούνι

nĩa

κουτάλι

thìa

κουταλάκι του τσαγιού

thìa uống trà

πετσέτα φαγητού

khăn ăn

ποτήρι

cốc thủy tinh

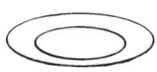

πιάτο

đĩa

πιάτο σούπας

đĩa súp

πιατάκι φλιτζανιού

đĩa lót cốc

σάλτσα

nước sốt

αλατιέρα

lọ muối

μύλος για πιπέρι

cái xay tiêu

ξύδι

giấm

λάδι

dầu

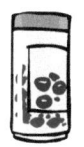

μπαχαρικά

gia vị

κέτσαπ

nước xốt cà chua

μουστάρδα

tương hạt cải

μαγιονέζα

nước sốt mayonnaise

σούπερ μάρκετ

siêu thị

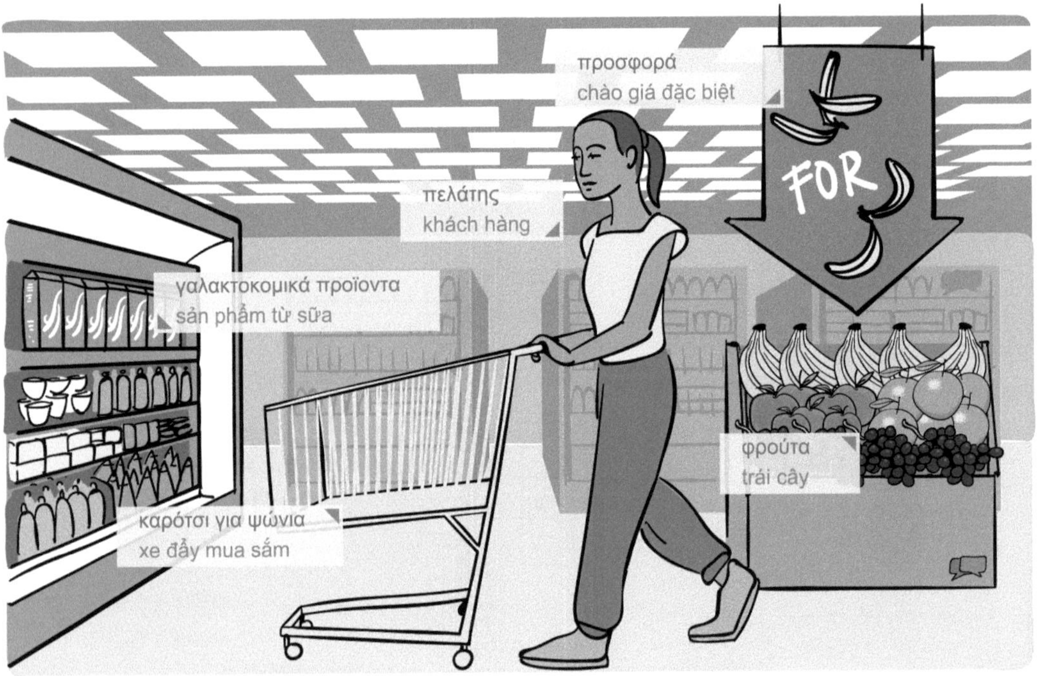

προσφορά
chào giá đặc biệt
FOR
πελάτης
khách hàng
γαλακτοκομικά προϊόντα
sản phẩm từ sữa
φρούτα
trái cây
καρότσι για ψώνια
xe đẩy mua sắm

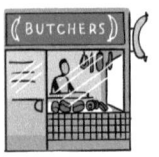

BUTCHERS

κρεοπωλείο

lò mổ

BAKERY

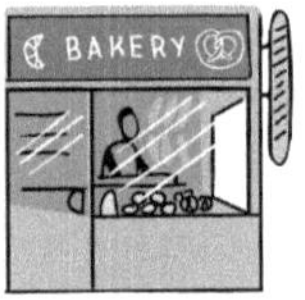

φούρνος

cửa hiệu bán bánh mì

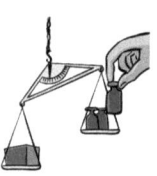

ζυγίζω

cân nặng

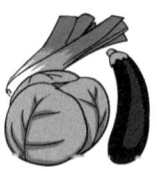

λαχανικά

rau quả

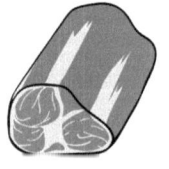

κρέας

thịt

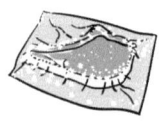

κατεψυγμένα τρόφιμα

thức ăn đông lạnh

αλλαντικά

lát thịt nguội

κονσερβοποιημένη τροφή

đồ hộp

απορρυπαντικό ρούχων

bột giặt

γλυκά

đồ ngọt

οικιακά είδη

sản phẩm dùng trong gia đình

καθαριστικά προϊόντα

chất tẩy rửa

πωλήτρια

người bán hàng

ταμείο

quầy trả tiền

ταμίας

nhân viên thu ngân

λίστα για ψώνια

danh sách mua sắm

ωράριο λειτουργίας

giờ mở cửa

πορτοφόλι

ví tiền

πιστωτική κάρτα

thẻ tín dụng

τσάντα

túi đeo

πλαστική σακούλα

túi ny lông

νερό

nước

χυμός

nước quả ép

γάλα

sữa

κόκα κόλα

coca-cola

κρασί

rượu vang

μπίρα

bia

αλκοόλ

cồn

κακάο

cacao

τσάι

trà

καφές

cà phê

εσπρέσο

espresso

καπουτσίνο

cappuccino

μπανάνα

chuối

μήλο

quả táo

πορτοκάλι

quả cam

πεπόνι

dưa hấu

λεμόνι

chanh

καρότο

cà rốt

σκόρδο

tỏi

μπαμπού

tre

κρεμμύδι

củ hành

μανιτάρι

nấm

ξηροί καρποί

hạt dẻ

νουντλς

mì

μακαρόνια

mì spaghetti

ρύζι

cơm

σαλάτα

xà lách

πατατάκια

khoai tây chiên

τηγανητές πατάτες

khoai tây chiên

πίτσα

bánh pizza

χάμπουργκερ

bánh hamburger

σάντουιτς

bánh mì sandwich

κοτολέτα

thịt côtlet

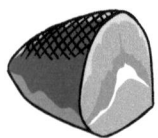

ζαμπόν

thịt giăm bông

σαλάμι

xúc xích

λουκάνικο

dồi

κοτόπουλο

gà

ψητό

rán

ψάρι

cá

φαγητό - thức ăn

χυλός βρώμης

cháo yến mạch

μούσλι

cháo muesli

κορν φλέικς

bánh bột ngô nướng

αλεύρι

bột mì

κρουασάν

bánh sừng bò

ψωμάκι

bánh mì

ψωμί

bánh mì

τοστ

bánh mì nướng

μπισκότα

bánh bích quy

βούτυρο

bơ

τυρόπηγμα

sữa đông

κέικ

bánh ngọt

αυγό

trứng

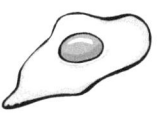

τηγανητό αυγό

trứng rán

τυρί

pho mát

φαγητό - thức ăn

παγωτό

kem

ζάχαρη

đường

μέλι

mật ong

μαρμελάδα

mứt

άλλειμμα σοκολάτας

kem nougat

κάρυ

cà ri

φαγητό - thức ăn

αγρόκτημα
nông trại

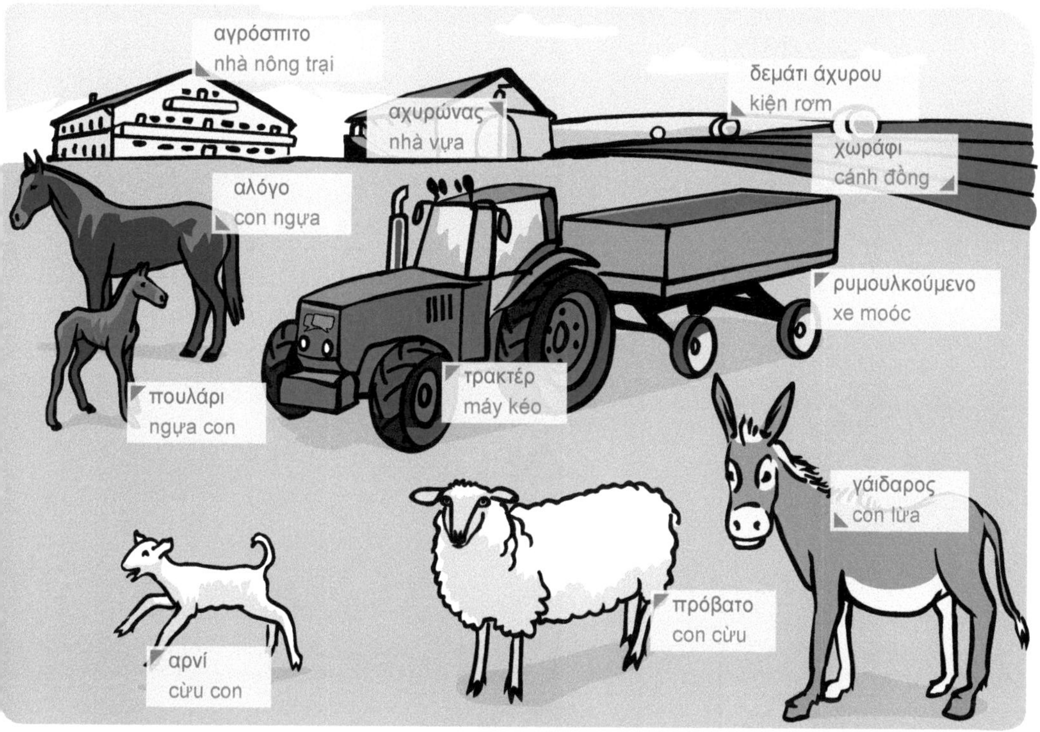

αγρόσπιτο
nhà nông trại
αχυρώνας
nhà vựa
δεμάτι άχυρου
kiện rơm
χωράφι
cánh đồng
αλόγο
con ngựa
ρυμουλκούμενο
xe moóc
πουλάρι
ngựa con
τρακτέρ
máy kéo
γάιδαρος
con lừa
πρόβατο
con cừu
αρνί
cừu con

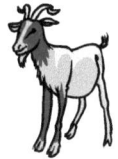

κατσίκα

con dê

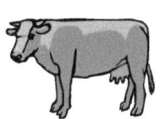

αγελάδα

con bò

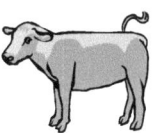

μοσχαράκι

con bê

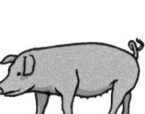

γουρούνι

con lợn

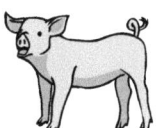

γουρουνάκι

lợn con

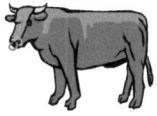

ταύρος

bò đực

χήνα

con ngỗng

πάπια

con vịt

κοτοπουλάκι

gà con

κότα

gà mái

κόκορας

gà trống

αρουραίος

con chuột

γάτα

mèo

ποντίκι

chuột nhắt

βόδι

bò đực

σκύλος

con chó

σπιτάκι σκύλου

nhà chuồng chó

λάστιχο κήπου

ống tưới vườn cây

ποτιστήρι

thùng tưới cây

θεριστήρι

lưỡi hái

αλέτρι

cái cày

δρεπάνι

cái liềm

τσάπα

cái cuốc

δίκρανο

cái chĩa

τσεκούρι

cái rìu

χειράμαξα

xe cút kít

ταΐστρα

máng ăn

δοχείο γάλακτος

lọ sữa

σάκος

bao tải

φράχτης

hàng rào

στάβλος

chuồng

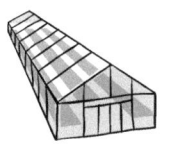

θερμοκήπιο

nhà kính trồng cây

έδαφος

đất trồng

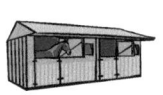

σπόρος

hạt giống

λίπασμα

phân bón

θεριζοαλωνιστική μηχανή

máy gặt đập liên hợp

θερίζω

thu hoạch

συγκομιδή

mùa thu hoạch

γιαμς

khoai lang

σιτάρι

lúa mì

σόγια

đậu nành

πατάτα

khoai tây

καλαμπόκι

ngô

κράμβη

hạt cải dầu

οπωροφόρο δέντρο

cây ăn trái

μανιόκα

sắn

δημητριακά

ngũ cốc

σπίτι
nhà

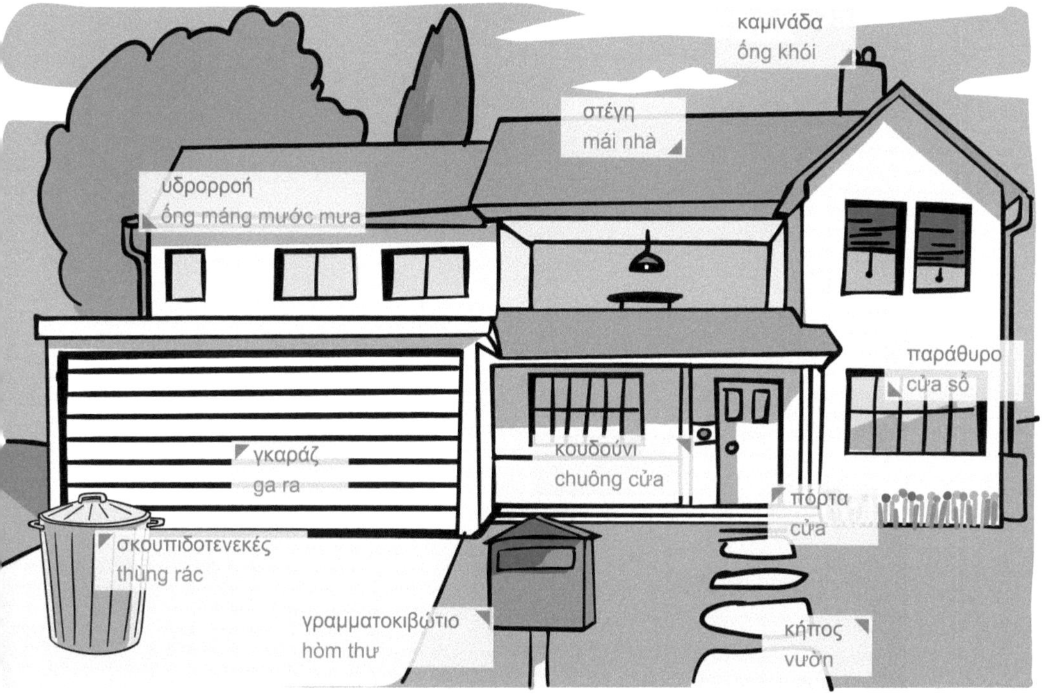
καμινάδα
ống khói
στέγη
mái nhà
υδρορροή
ống máng mước mưa
παράθυρο
cửa sổ
γκαράζ
ga ra
κουδούνι
chuông cửa
πόρτα
cửa
σκουπιδοτενεκές
thùng rác
γραμματοκιβώτιο
hòm thư
κήπος
vườn

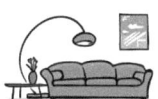

σαλόνι

phòng khách

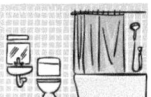

μπάνιο

phòng tắm

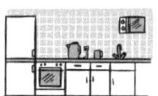

κουζίνα

bếp

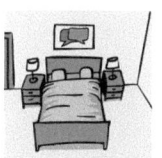

υπνοδωμάτιο

phòng ngủ

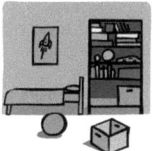

παιδικό δωμάτιο

phòng trẻ em

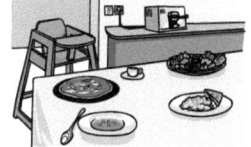

τραπεζαρία

phòng ăn

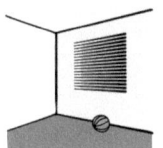

πάτωμα

nền nhà

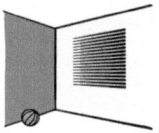

τοίχος

tường

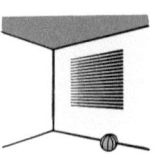

οροφή

trần nhà

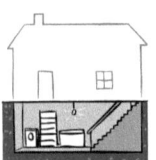

κελάρι

tầng hầm

σάουνα

tắm hơi

μπαλκόνι

ban công

βεράντα

sân hiên

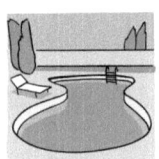

πισίνα

bể bơi

μηχανή του γκαζόν

máy cắt cỏ

σεντόνι

khăn trải giường

κάλυμμα κρεβατιού

khăn trải giường

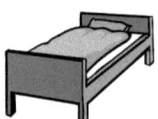

κρεβάτι

giường

σκούπα

chổi

κουβάς

cái xô

διακόπτης

công tắc điện

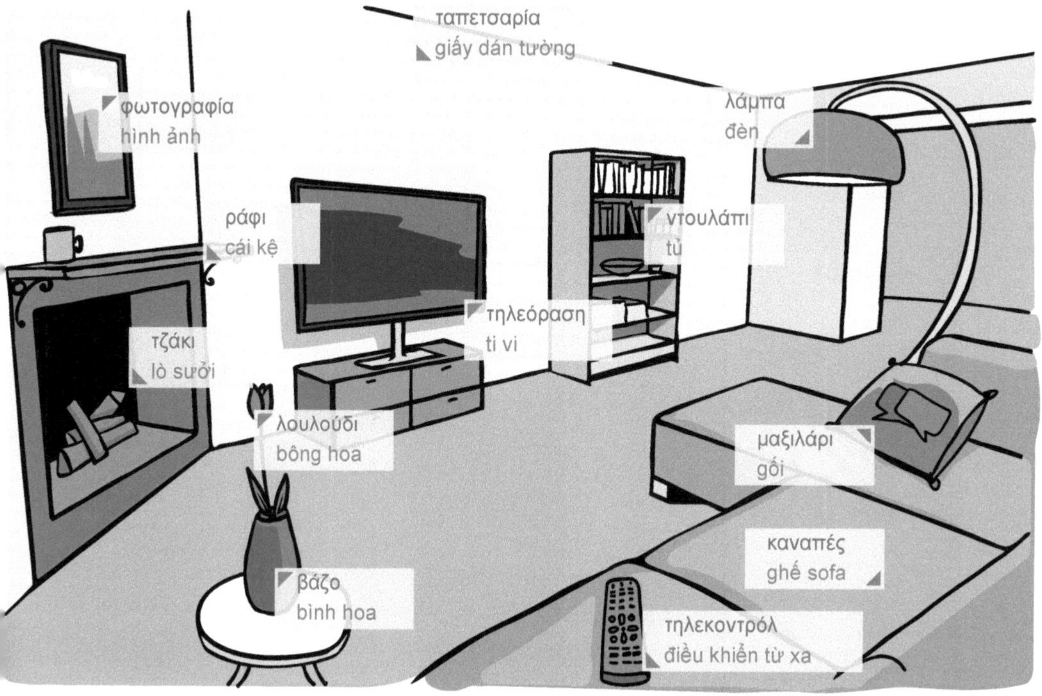

ταπετσαρία
giấy dán tường

φωτογραφία
hình ảnh

λάμπα
đèn

ράφι
cái kệ

ντουλάπι
tủ

τζάκι
lò sưởi

τηλεόραση
ti vi

λουλούδι
bông hoa

μαξιλάρι
gối

καναπές
ghế sofa

βάζο
bình hoa

τηλεκοντρόλ
điều khiển từ xa

χαλί
thảm

κουρτίνα
rèm

τραπέζι
cái bàn

καρέκλα
ghế

κουνιστή πολυθρόνα
ghế bập bênh

πολυθρόνα
ghế bành

βιβλίο

sách

κουβέρτα

cái chăn

διακόσμηση

đồ trang trí

καυσόξυλα

củi

ταινία

phim

στερεοφωνικό σύστημα

máy hi-fi

κλειδί

chìa khóa

εφημερίδα

báo

πίνακας ζωγραφικής

bức tranh

αφίσα

áp phích

ραδιόφωνο

radio

σημειωματάριο

sổ ghi chép

ηλεκτρική σκούπα

may hút bụi

κάκτος

cây xương rồng

κερί

cây nến

κουζίνα
bếp

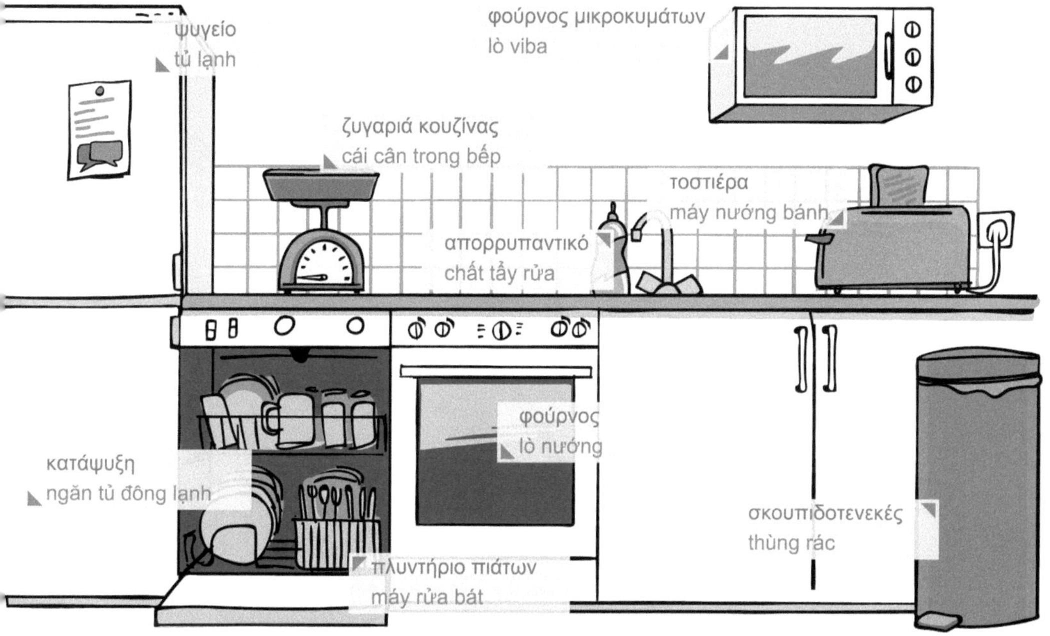

ψυγείο
tủ lạnh
φούρνος μικροκυμάτων
lò viba
ζυγαριά κουζίνας
cái cân trong bếp
τοστιέρα
máy nướng bánh
απορρυπαντικό
chất tẩy rửa
φούρνος
lò nướng
κατάψυξη
ngăn tủ đông lạnh
σκουπιδοτενεκές
thùng rác
πλυντήριο πιάτων
máy rửa bát

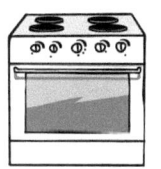

κουζίνα

lò nấu

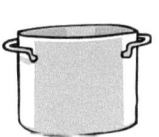

κατσαρόλα

nồi

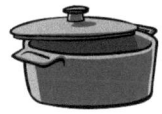

μαντεμένια κατσαρόλα

nồi sắt

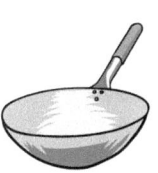

γουόκ/καντάι

chảo

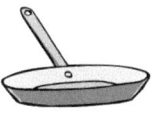

τηγάνι

chảo

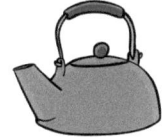

βραστήρας

ấm đun nước

ατμομάγειρας

νồi đun hơi

ταψί

khay lò nướng

πιατικά

bát đĩa

κούπα

cốc

μπολ

cái bát

ξυλάκια

đũa

κουτάλα

cái vá

σπάτουλα

bàn xẻng

ανακατεύω

que đánh kem

σουρωτήρι

rây dùng trong bếp

σουρωτηράκι

cái rây lọc

τρίφτης

cái nạo

γουδί

vữa

ψησταριά

vỉ nướng

ανοιχτή φωτιά

ngọn lửa trần

σανίδα κοπής

cái thớt

πλάστης

trục cán bột

ανοιχτήρι φελλών

cái mở nút chai

κονσέρβα

vỏ đồ hộp

ανοιχτήρι κονσέρβας

cái mở vỏ đồ hộp

γάντι φούρνου

miếng nhấc nồi

νεροχύτης

bồn rửa bát

βούρτσα

bàn chải

σφουγγάρι

miếng xốp

μπλέντερ

máy xay

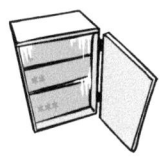

καταψύκτης

tủ đông lạnh

μπιμπερό

bình sữa cho trẻ sơ sinh

βρύση

vòi nước

μπάνιο
phòng tắm

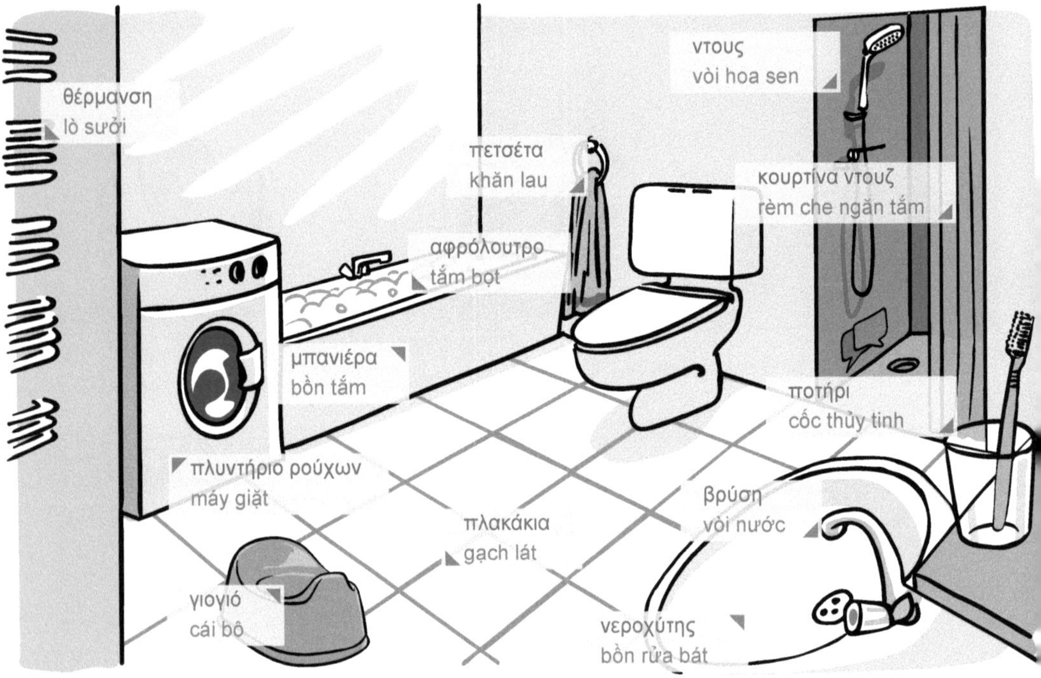

θέρμανση
lò sưởi
πετσέτα
khăn lau
ντους
vòi hoa sen
κουρτίνα ντουζ
rèm che ngăn tắm
αφρόλουτρο
tắm bọt
μπανιέρα
bồn tắm
ποτήρι
cốc thủy tinh
πλυντήριο ρούχων
máy giặt
βρύση
vòi nước
πλακάκια
gạch lát
γιογιό
cái bô
νεροχύτης
bồn rửa bát

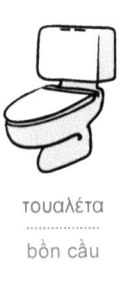

τουαλέτα

bồn cầu

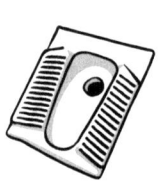

τούρκικη τουαλέτα

bồn cầu ngồi xổm

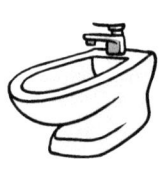

μπιντές

bồn rửa hậu môn

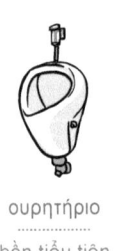

ουρητήριο

bồn tiểu tiện

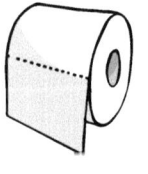

χαρτί υγείας

giấy vệ sinh

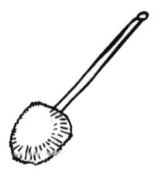

πιγκάλ

bàn chải cọ bồn cầu

οδοντόβουρτσα

bàn chải đánh răng

οδοντόκρεμα

kem đánh răng

οδοντικό νήμα

chỉ nha khoa

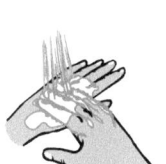

πλένω

rửa

τηλέφωνο ντους

vòi sen cầm tay

ντουσιέρα

vòi rửa hậu môn

λεκάνη

bồn rửa

βούρτσα πλάτης

bàn chải cọ lưng

σαπούνι

xà phòng

αφρόλουτρο

sữa tắm

σαμπουάν

dầu gội

φανέλα

khăn cọ để tắm

σιφόνι

lỗ thoát nước

κρέμα

kem

αποσμητικό

chất khử mùi

καθρέφτης

gương

καθρέφτης χειρός

gương tay

ξυραφάκι

dao cạo râu

αφρός ξυρίσματος

kem cạo râu

αφτερσέιβ

nước thơm dùng sau khi
cạo râu

χτένα

cái lược

βούρτσα

bàn chải

σεσουάρ

máy xấy tóc

λακ

keo xịt tóc

μακιγιάζ

đồ trang điểm

κραγιόν

thỏi son môi

βερνίκι νυχιών

sơn bôi móng

βαμβάκι

bông

ψαλίδι νυχιών

kéo cắt móng

άρωμα

nước hoa

νεσεσέρ

túi đựng đồ tắm

σκαμπό

ghế đẩu

ζυγαριά

cái cân

μπουρνούζι

áo choàng tắm

ελαστικά γάντια

găng tay làm vệ sinh

ταμπόν

nút gạc

πετσέτα υγιεινής

băng vệ sinh

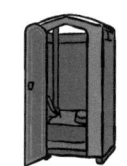

χημική τουαλέτα

nhà vệ sinh hóa chất

παιδικό δωμάτιο

phòng trẻ em

ξυπνητήρι
đồng hồ báo thức
λούτρινο ζωάκι
thú bông
αυτοκινητάκι
xe đồ chơi
κουδουνίστρα
cái lúc lắc
κουκλόσπιτο
nhà búp bê
δώρο
món quà

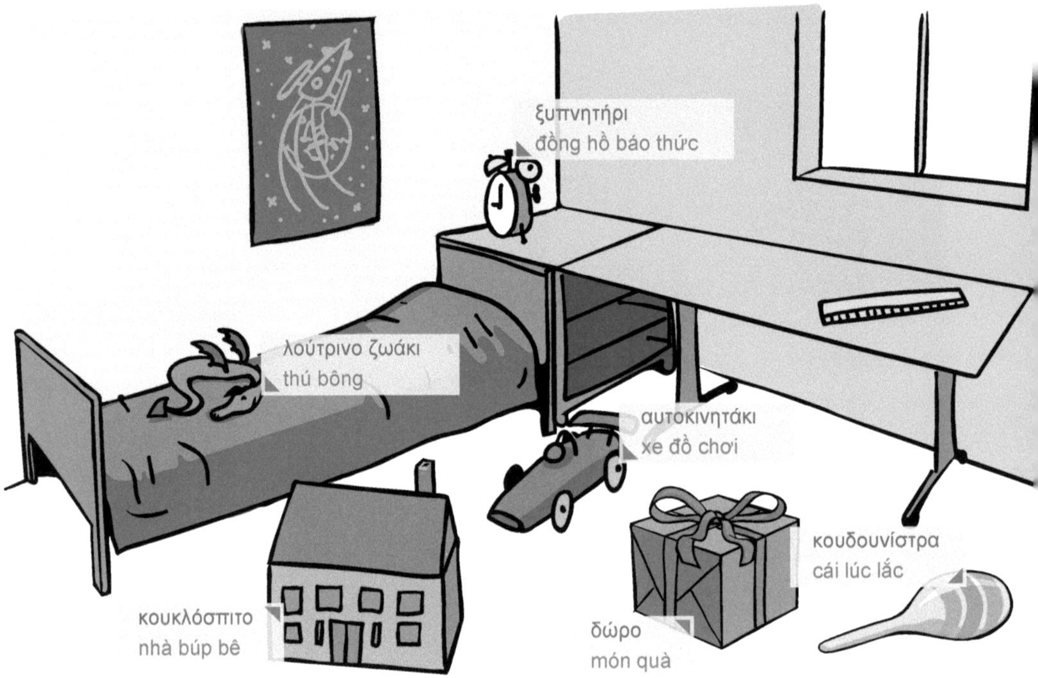

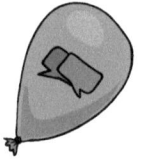

μπαλόνι

bong bóng

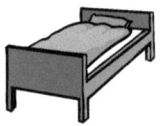

κρεβάτι

giường

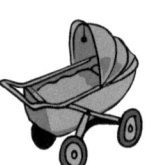

καροτσάκι

xe nôi

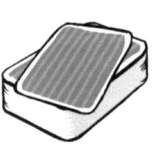

τράπουλα

trò chơi bài

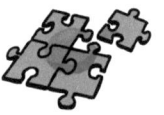

παζλ

trò chơi ghép hình

κόμικς

truyện tranh

τουβλάκια lego

gạch Lego

τουβλάκια κατασκευών

khối xếp hình

φιγούρα δράσης

nhân vật hành động

βρεφικό φορμάκι

áo liền quần cho trẻ sơ sinh

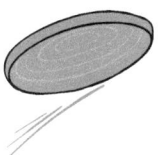

φρίσμπι

đĩa nhựa để ném

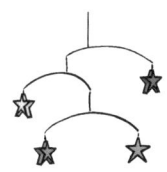

μόμπιλο

đồ chơi treo trên giường

επιτραπέζιο παιχνίδι

trò chơi cờ bàn

ζάρια

xúc xắc

σετ τρενάκι

đồ chơi xe lửa mô hình

πιπίλα

ti giả

πάρτι

buổi tiệc

εικονογραφημένο βιβλίο

sách tranh

μπάλα

quả bóng

κούκλα

búp bê

παίζω

chơi

σκάμμα με άμμο

hố cát

κούνια

cái đu

παιχνίδια

đồ chơi

κονσόλα βιντεοπαιχνιδιών

máy chơi game cầm tay

τρίκυκλο

xe ba bánh

αρκουδάκι

gấu bông

ντουλάπα

tủ quần áo

ρούχα
y phục

κάλτσες

bít tất

καλτσοδέτες

bít tất dài

καλσόν

quần tất

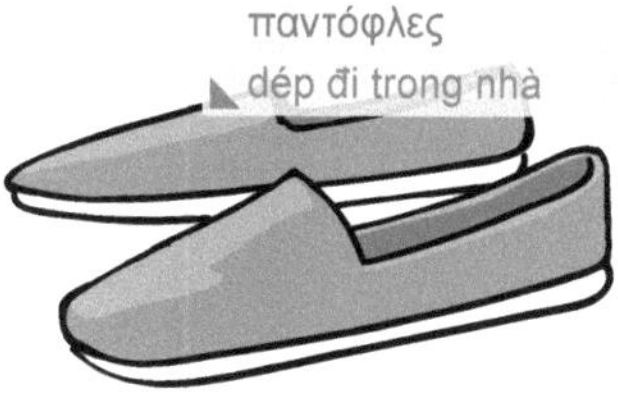

κασκόλ
khăn choàng cổ

ομπρέλα
ô che mưa

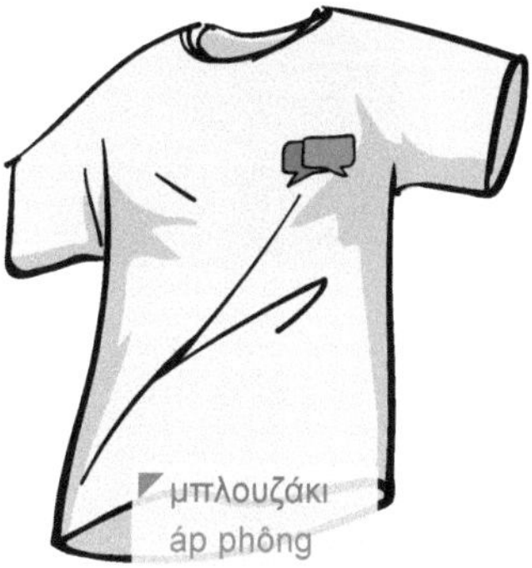

μπλουζάκι
áp phông

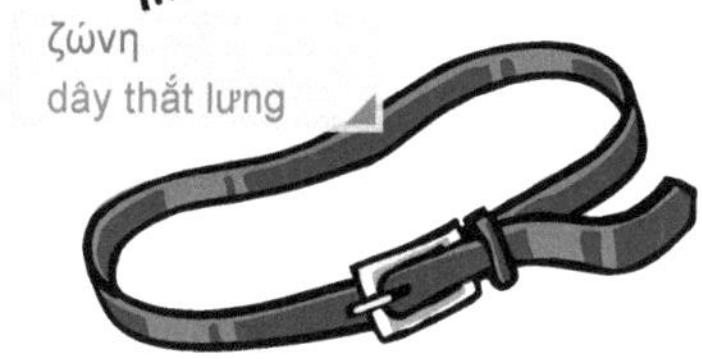

ζώνη
dây thắt lưng

μπότες
ủng

παντόφλες
dép đi trong nhà

αθλητικά παπούτσια
giày sneaker

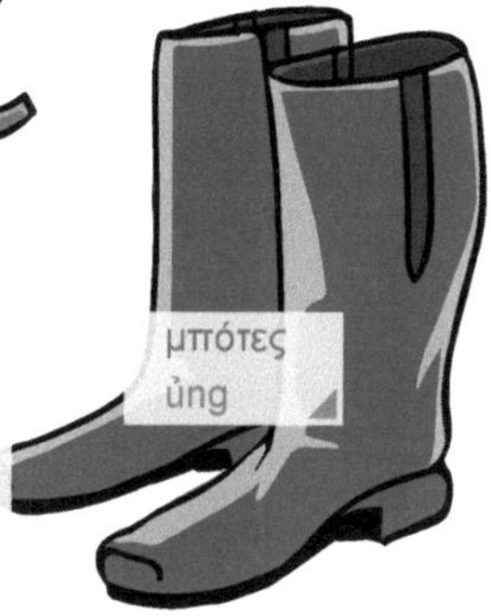

σανδάλια
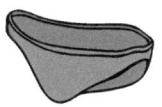
dép xăng đan

παπούτσια

giày

γαλότσες

ủng cao su

εσώρουχο
quần lót

σουτιέν
áo ngực

φανέλα
áo vest

σώμα

áo ôm sát cơ thể

παντελόνι

quần dài

τζιν παντελόνι

quần bò

φούστα

váy

μπλούζα

áo cánh

πουκάμισο

áo sơ mi

πουλόβερ

áo len chui đầu

πουλόβερ

áo len

σακάκι

áo blazer

μπουφάν

áo jacket

παλτό

áo khoác

αδιάβροχο πανωφόρι

áo mưa

κοστούμι

trang phục

φόρεμα

áo váy

νυφικό

áo cưới

κοστούμι

bộ com lê

νυχτικό

áo ngủ

πιτζάμες

pijama

σάρι

trang phục sari

μαντήλι

khăn trùm đầu

τουρμπάνι

khăn đội đầu

μπούρκα

áo burka

καφτάνι

áo captan

μουσουλμανικό ένδυμα

áo aba

ολόσωμο μαγιό

quần áo bơi

ανδρικό μαγιό

quần bơi

σορτς

quần đùi

αθλητική φόρμα

quần áo tracksuit

ποδιά

tạp dề

γάντια

găng tay

κουμπί

cái cúc

γυαλιά

kính mắt

βραχιόλι

vòng đeo tay

περιδέραιο

vòng cổ

δαχτυλίδι

nhẫn

σκουλαρίκι

hoa tai

καπέλο

mũ lưỡi trai

κρεμάστρα

cái mắc treo áo quần

καπέλο

mũ

γραβάτα

cà vạt

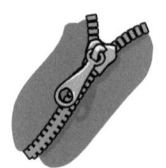

φερμουάρ

dây kéo phéc mơ tuya

κράνος

mũ bảo hiểm

τιράντες

dây đeo quần

μαθητική στολή

đồng phục học sinh

στολή

đồng phục

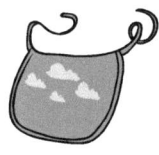

σαλιάρα

yếm trẻ em

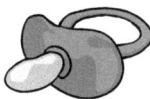

πιπίλα

ti giả

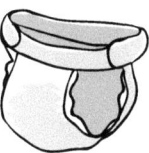

πάνα

tã lót

γραφείο
văn phòng

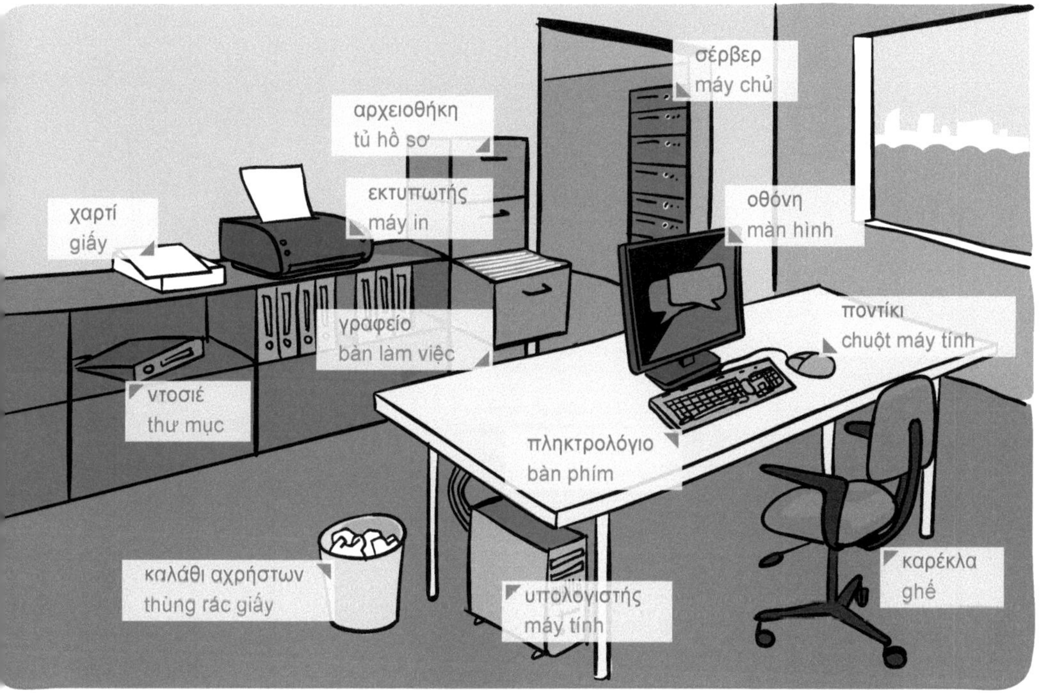

σέρβερ
máy chủ
αρχειοθήκη
tủ hồ sơ
εκτυπωτής
máy in
χαρτί
giấy
οθόνη
màn hình
γραφείο
bàn làm việc
ποντίκι
chuột máy tính
ντοσιέ
thư mục
πληκτρολόγιο
bàn phím
καρέκλα
ghế
καλάθι αχρήστων
thùng rác giấy
υπολογιστής
máy tính

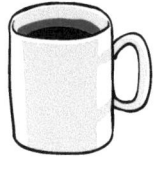

κούπα του καφέ

cốc cà phê

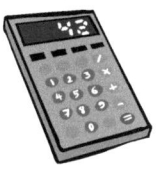

κομπιουτεράκι

máy tính bỏ túi

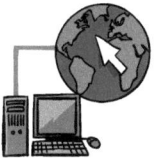

ίντερνετ

internet

λάπτοπ

laptop

γράμμα

thư

μήνυμα

tin nhắn

κινητό

điện thoại di động

δίκτυο

mạng

φωτοτυπικό μηχάνημα

máy photocopy

λογισμικό

phần mềm

τηλέφωνο

điện thoại

πρίζα

ổ cắm điện

συσκευή φαξ

máy fax

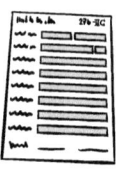

έντυπο

mẫu đơn

έγγραφο

chứng từ

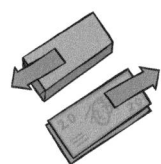

αγοράζω
mua

πληρώνω
trả tiền

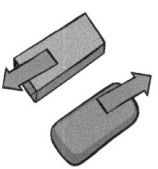

συναλλάσσομαι
buôn bán

χρήματα
tiền

δολάριο
đô la

ευρώ
Euro

γιεν
yên

ρούβλι
rúp

ελβετικό φράγκο
franc Thụy Sĩ

ρενμίνμπι γιουάν
nhân dân tệ

ρουπία
rupi

ATM (αυτόματη ταμειακή μηχανή)
máy rút tiền tự động

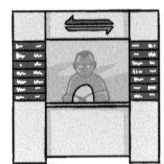

ανταλλακτήρια
συναλλάγματος
quầy đổi tiền

χρυσός
vàng

ασήμι
bạc

πετρέλαιο
dầu

ενέργεια
năng lượng

τιμή
giá tiền

συμβόλαιο
hợp đồng

φόρος
thuế

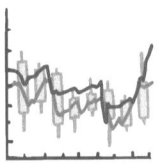

μετοχή
cổ phiếu

δουλεύω
làm việc

υπάλληλος
nhân viên

εργοδότης
chủ lao động

εργοστάσιο
nhà máy

κατάστημα
cửa hiệu

επαγγέλματα
nghề nghiệp

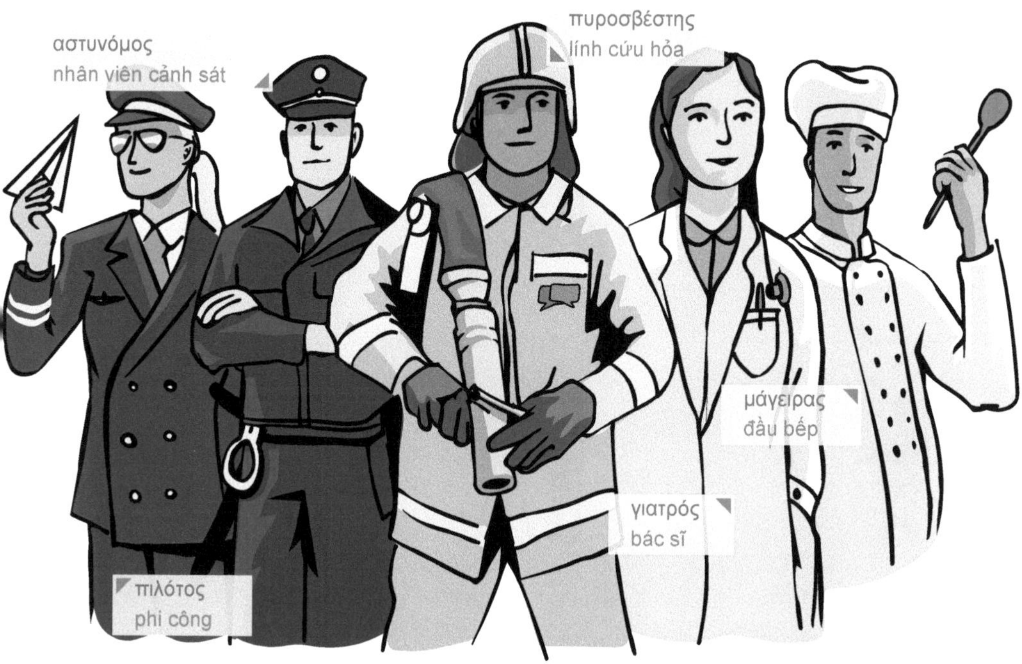
αστυνόμος
nhân viên cảnh sát
πυροσβέστης
lính cứu hỏa
μάγειρας
đầu bếp
γιατρός
bác sĩ
πιλότος
phi công

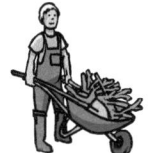

κηπουρός
người làm vườn

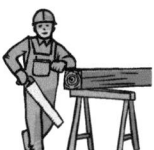

ξυλουργός
thợ mộc

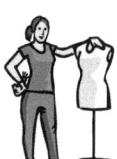

μοδίστρα
thợ may

δικαστής
chánh án

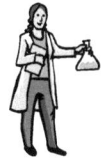

χημικός
nhà hóa học

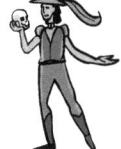

ηθοποιός
diễn viên

οδηγός λεωφορείου

tài xế xe buýt

ταξιτζής

người lái taxi

ψαράς

ngư dân

καθαρίστρια

người lau dọn vệ sinh

τεχνίτης στεγών

thợ lợp mái nhà

σερβιτόρος

bồi bàn

κυνηγός

thợ săn

ζωγράφος

họa sĩ

αρτοποιός

thợ làm bánh

ηλεκτρολόγος

thợ điện

οικοδόμος

thợ xây dựng

μηχανολόγος

kỹ sư

κρεοπώλης

người hàng thịt

υδραυλικός

thợ sửa ống nước

ταχυδρόμος

người đưa thư

στρατιώτης

người lính

αρχιτέκτονας

kiến trúc sư

ταμίας

nhân viên thu ngân

ανθοπώλης

người bán hoa

κομμωτής

thợ cắt tóc

ελεγκτής εισιτηρίων

nhân viên soát vé

μηχανικός

thợ cơ khí

καπετάνιος

thuyền trưởng

οδοντίατρος

nha sĩ

επιστήμονας

nhà khoa học

ραβίνος

giáo sĩ Do thái

ιμάμης

lãnh tụ Hồi giáo

μοναχός

nhà sư

ιερέας

mục sư

εργαλεία
dụng cụ

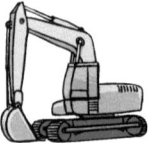

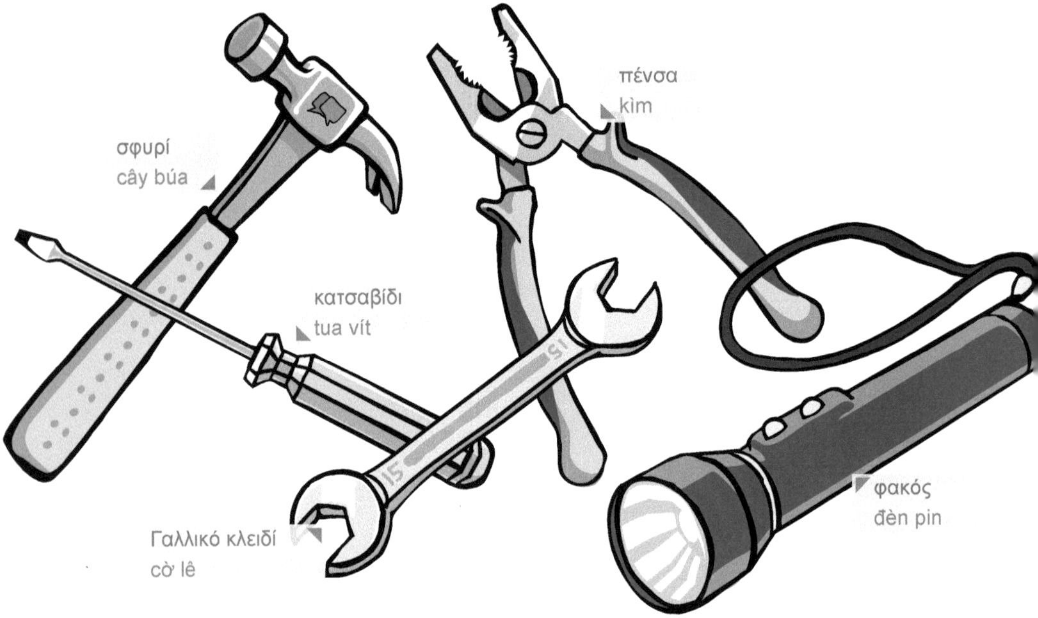
πένσα
kìm
σφυρί
cây búa
κατσαβίδι
tua vít
φακός
đèn pin
Γαλλικό κλειδί
cờ lê

εκσκαφέας

máy xúc đất

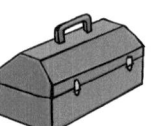

εργαλειοθήκη

hộp dụng cụ

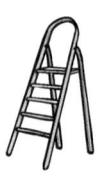

σκάλα

cái thang

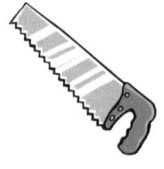

πριόνι

cưa

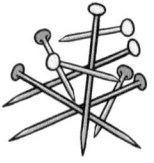

καρφιά

đinh

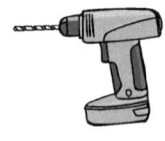

τρυπάνι

máy khoan

επισκευάζω
sửa chữa

φτυάρι
cái xẻng

Να πάρει!
khốn nạn!

φαράσι
cái hót rác

δοχείο χρωμάτων
thùng sơn

βίδες
vít

μουσικά όργανα
nhạc cụ

μεγάφωνο
loa

ντραμς
bộ trống

κιθάρα
đàn ghi ta

κοντραμπάσο
đàn công tra bát

τρομπέτα
kèn trompet

πιάνο

đàn piano

βιολί

đàn vĩ cầm

μπάσο

ghi ta bass

τύμπανα

trống định âm

τύμπανο

trống

πλήκτρα

đàn organ

σαξόφωνο

kèn Saxophone

φλάουτο

sáo

μικρόφωνο

micro

ζωολογικός κήπος
vườn bách thú

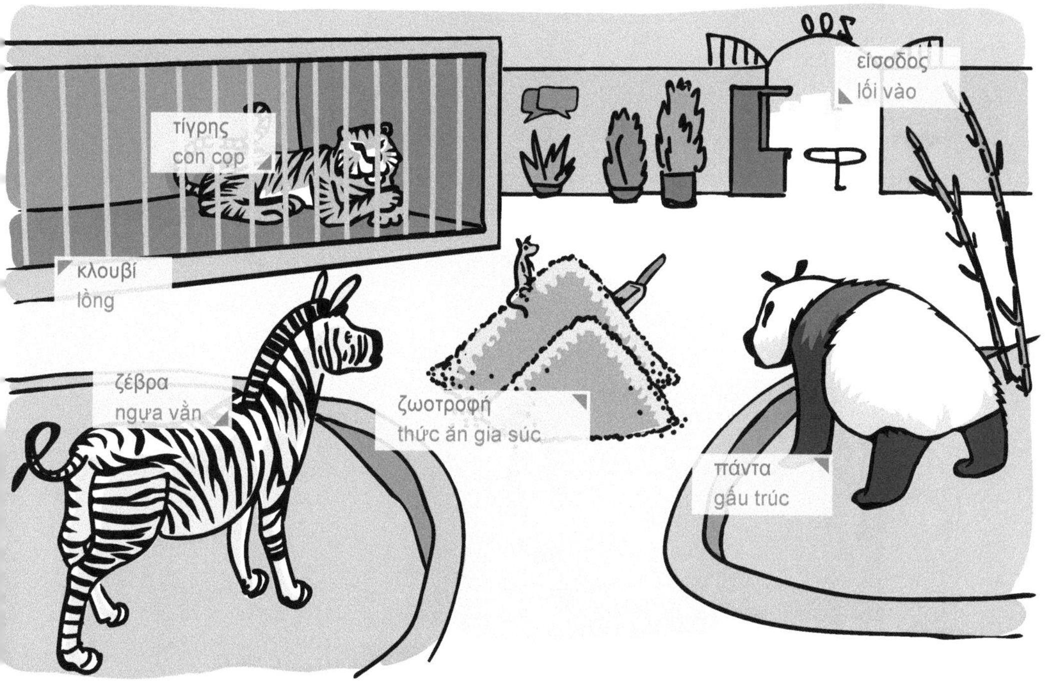

τίγρης
con cọp
είσοδος
lối vào
κλουβί
lồng
ζέβρα
ngựa vằn
ζωοτροφή
thức ăn gia súc
πάντα
gấu trúc

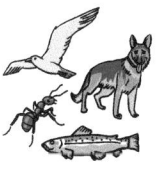

ζώα

động vật

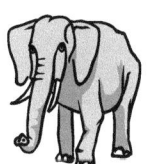

ελέφαντας

con voi

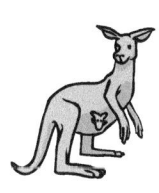

καγκουρό

chuột túi

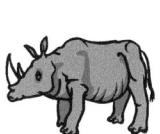

ρινόκερος

tê giác

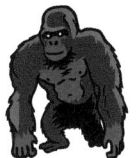

γορίλας

khỉ đột

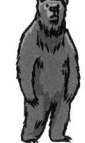

αρκούδα

con gấu

καμήλα

lạc đà

στρουθοκάμηλος

đà điểu

λιοντάρι

sư tử

πίθηκος

con khỉ

φλαμίνγκο

hồng hạc

παπαγάλος

con vẹt

πολική αρκούδα

gấu bắc cực

πιγκουίνος

chim cánh cụt

καρχαρίας

cá mập

παγώνι

con công

φίδι

con rắn

κροκόδειλος

cá sấu

φύλακας ζωολογικού κήπου

người trông giữ vườn bách
thú

φώκια

hải cẩu

τζάγκουαρ

báo đốm

πόνυ

ngựa lùn

λεοπάρδαλη

con báo

ιπποπόταμος

hà mã

καμηλοπάρδαλη

hươu cao cổ

αετός

đại bàng

αγριογούρουνο

heo rừng

ψάρι

cá

χελώνα

con rùa

θαλάσσιος ίππος

hải mã

αλεπού

con cáo

γαζέλα

linh dương

Αμερικάνικο ποδόσφαιρο
bóng bầu dục Mỹ

ποδηλασία
đua xe đạp

αντισφαίριση
quần vợt

μπάσκετ
bóng rổ

κολύμβηση
bơi

πυγχαμία
đấm bốc

χόκεϋ επί πάγου
khúc côn cầu trên băng

ποδόσφαιρο

bóng đá

μπάντμιντον

cầu lông

στίβος

điền kinh

χάντμπολ

bóng ném

σκι

trượt tuyết

πόλο

polo

δραστηριότητες
các hoạt động

γελάω
cười
πηδάω
nhảy
αγκαλιάζω
ôm
περπατάω
đi bộ
τραγουδάω
ca hát
ονειρεύομαι
mơ
προσεύχομαι
cầu nguyện
φιλάω
hôn

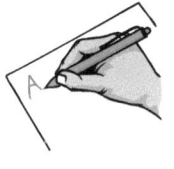

γράφω
viết

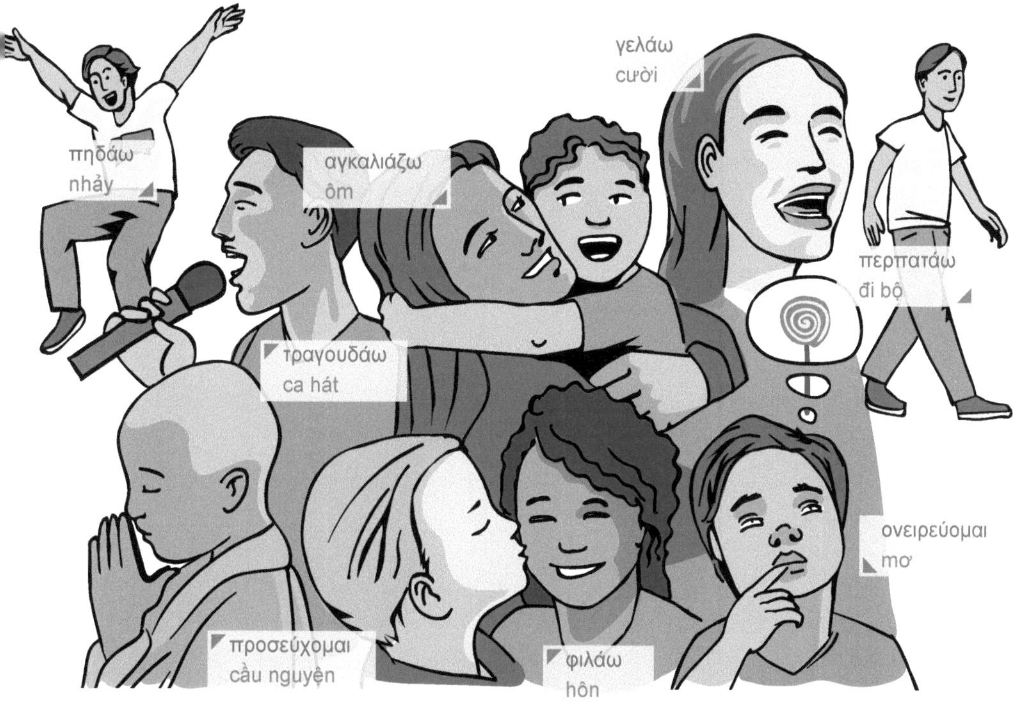

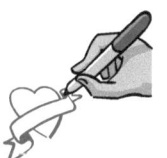

σχεδιάζω
vẽ

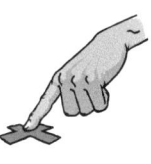

δείχνω
chỉ trỏ

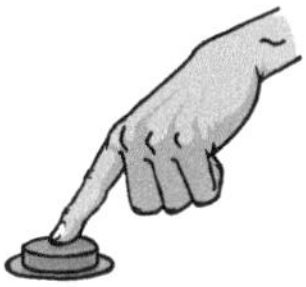

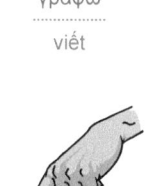

πιέζω
đẩy

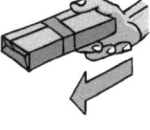

δίνω
cho

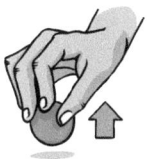

παίρνω
lấy đi

έχω

có

κάνω

làm

είμαι

thì / là

στέκομαι

đứng

τρέχω

chạy

τραβάω

kéo

ρίχνω

ném

πέφτω

rơi

ξαπλώνω

nằm

περιμένω

chờ đợi

κουβαλώ

mang vác

κάθομαι

ngồi

φοράω

mặc quần áo

κοιμάμαι

ngủ

ξυπνάω

thức dậy

κοιτάω

xem

κλαίω

khóc

χαϊδεύω

vuốt ve

χτενίζω

chải

μιλάω

nói chuyện

καταλαβαίνω

hiểu

ρωτάω

câu hỏi

ακούω

nghe

πίνω

uống

τρώω

ăn

συγυρίζω

dọn dẹp

αγαπάω

yêu

μαγειρεύω

nấu nướng

οδηγώ

lái xe

πετάω

bay

κάνω ιστιοπλοΐα

đi thuyền buồm

υπολογίζω

tính toán

διαβάζω

đọc

μαθαίνω

học

δουλεύω

làm việc

παντρεύομαι

cưới

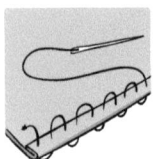

ράβω

khâu vá

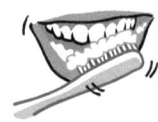

βουρτσίζω τα δόντια

đánh răng

σκοτώνω

giết

καπνίζω

hút thuốc

στέλνω

gửi đi

οικογένεια
gia đình

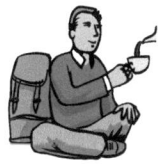

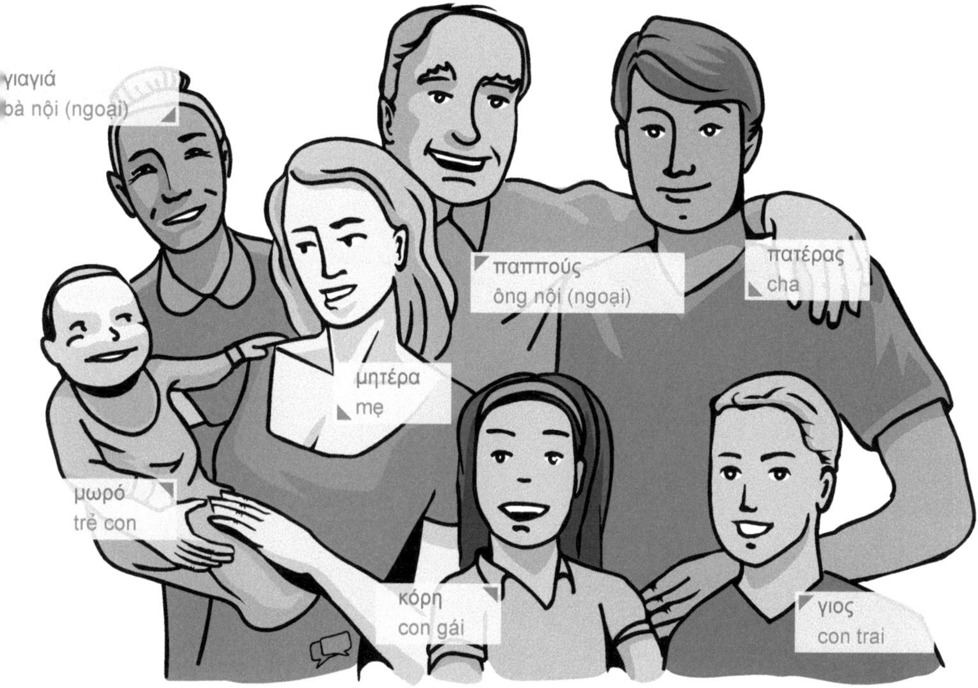

γιαγιά
bà nội (ngoại)
παππούς
ông nội (ngoại)
πατέρας
cha
μητέρα
mẹ
μωρό
trẻ con
κόρη
con gái
γιος
con trai

καλεσμένος

khách

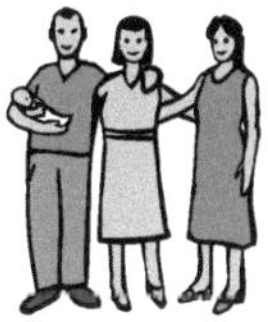

θεία

cô (dì)

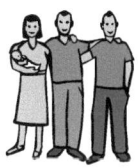

θείος

chú, bác (cậu)

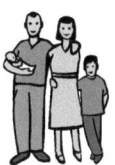

αδελφός

anh (em) trai

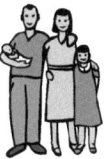

αδελφή

chị (em) gái

σώμα
cơ thể

μέτωπο
trán
μάτι
mắt
ώμος
vai
δάχτυλο
ngón tay
πρόσωπο
mặt
πιγούνι
cằm
χέρι
bàn tay
πόδι
chân
στήθος
ngực
βραχίονας
cánh tay

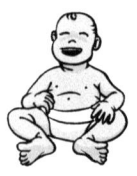

μωρό

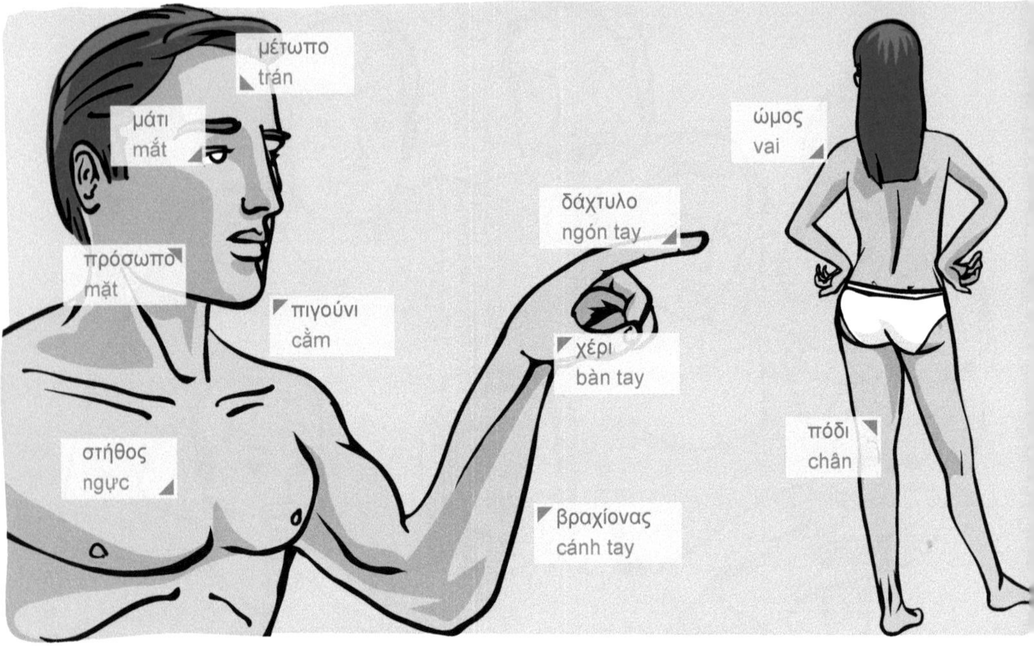

trẻ con

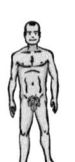

άνδρας

đàn ông

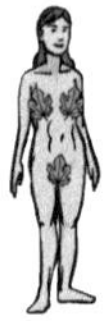

γυναίκα

phụ nữ

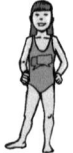

κορίτσι

bé gái

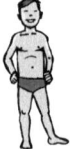

αγόρι

bé trai

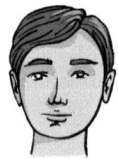

κεφάλι

đầu

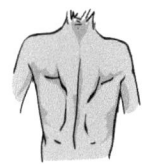

πλάτη

lưng

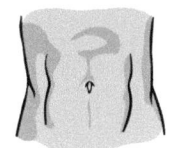

κοιλιά

bụng

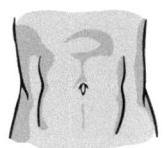

αφαλός

rốn

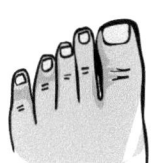

δάχτυλο ποδιού

ngón chân

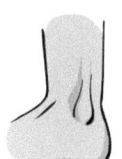

φτέρνα

gót chân

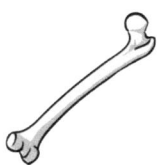

κόκκαλο

xương

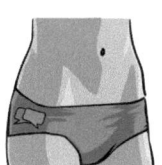

γοφός

hông

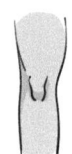

γόνατο

đầu gối

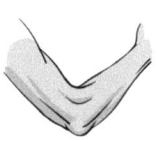

αγκώνας

khuỷu tay

μύτη

mũi

γλουτός

mông

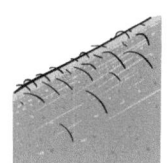

δέρμα

da

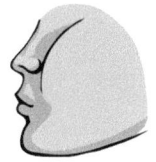

μάγουλο

má

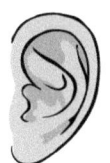

αυτί

tai

χείλος

môi

σώμα - cơ thể

στόμα

miệng

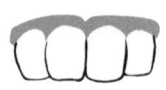

δόντι

răng

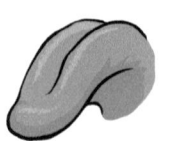

γλώσσα

lưỡi

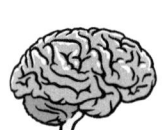

εγκέφαλος

não

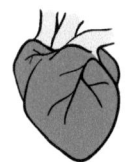

καρδιά

tim

μυς

cơ bắp

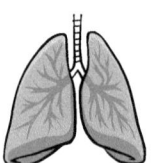

πνεύμονας

phổi

συκώτι

gan

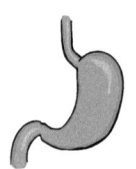

στομάχι

dạ dày

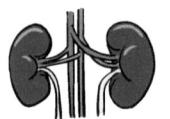

νεφρά

thận

σεξουαλική επαφή

giao hợp

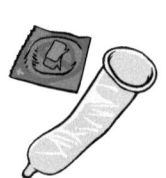

προφυλακτικό

bao cao su

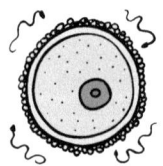

ωάριο

noãn

σπέρμα

tinh dịch

εγκυμοσύνη

mang thai

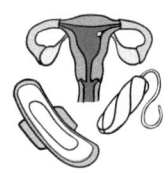

περίοδος

kinh nguyệt

γυναικείος κόλπος

âm vật

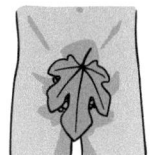

πέος

dương vật

φρύδι

lông mày

μαλλιά

tóc

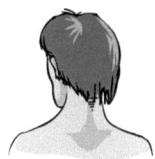

λαιμός

cổ

νοσοκομείο
bệnh viện

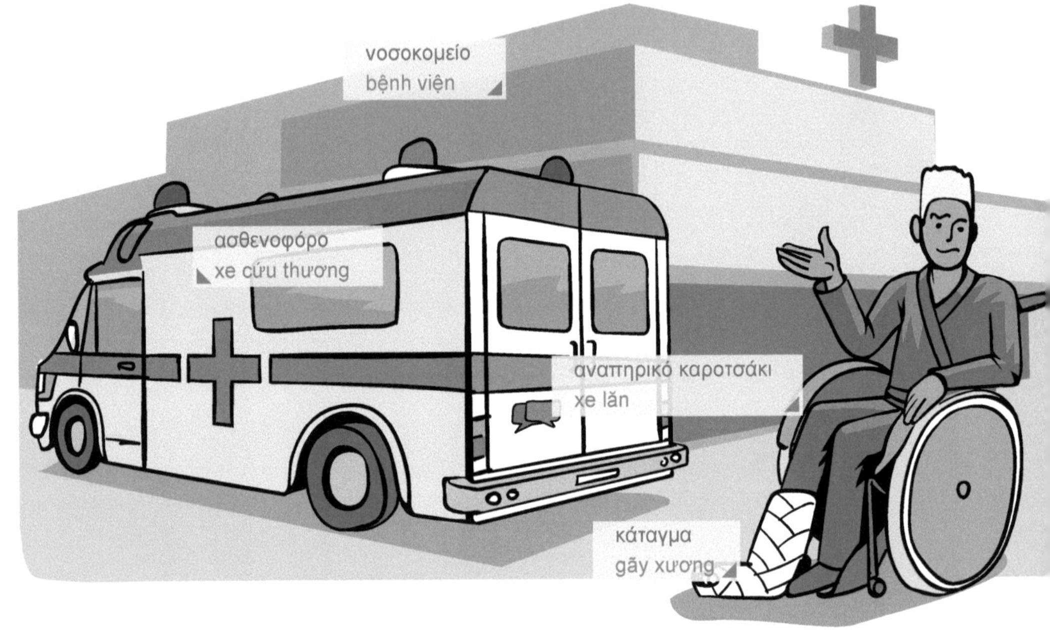

νοσοκομείο
bệnh viện
ασθενοφόρο
xe cứu thương
αναπηρικό καροτσάκι
xe lăn
κάταγμα
gãy xương

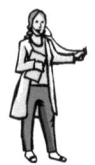

γιατρός

bác sĩ

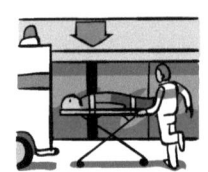

μονάδα εντατικής θεραπείας

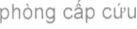

phòng cấp cứu

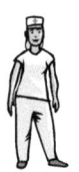

νοσοκόμα

y tá

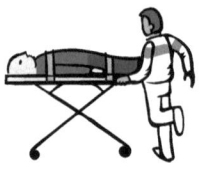

έκτακτη ανάγκη

cấp cứu

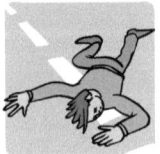

λιπόθυμος

bất tỉnh

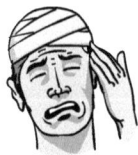

πόνος

cơn đau

τραύμα

bị thương

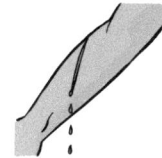

αιμορραγία

chảy máu

έμφραγμα

nhồi máu cơ tim

εγκεφαλικό

đột quỵ

αλλεργία

dị ứng

βήχας

ho

πυρετός

sốt

γρίπη

cúm

διάρροια

tiêu chảy

πονοκέφαλος

đau đầu

καρκίνος

ung thư

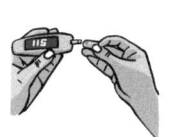

διαβήτης

bệnh tiểu đường

χειρουργός

bác sĩ phẫu thuật

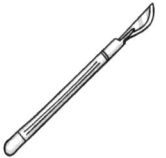

νυστέρι

dao mổ

εγχείρηση

giải phẫu

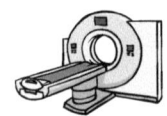

αξονική τομογραφία

chụp cắt lớp

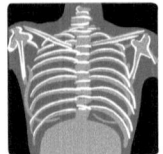

ακτινογραφία

chụp x-quang

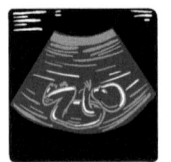

υπέρηχος

siêu âm

μάσκα

mặt nạ

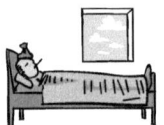

ασθένεια

bệnh

αίθουσα αναμονής

phòng đợi

πατερίτσα

cái nạng

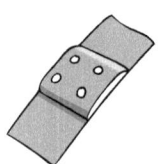

χάνσαπλαστ

băng dán vết thương

επίδεσμος

băng bó

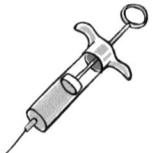

ένεση

tiêm thuốc

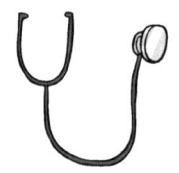

στηθοσκόπιο

ống nghe khám bệnh

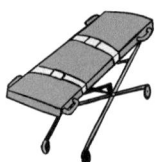

φορείο

băng ca

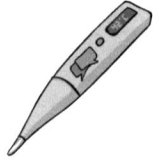

θερμόμετρο

nhiệt kế

γέννηση

sinh đẻ

υπέρβαρο

thừa cân

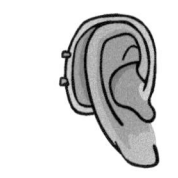

ακουστικό βαρηκοΐας

máy trợ thính

αντισηπτικό

chất khử trùng

λοίμωξη

nhiễm trùng

ιός

vi rút

HIV/AIDS

HIV / AIDS

φάρμακο

thuốc

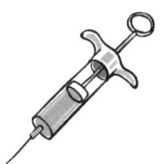

εμβολιασμός

tiêm chủng

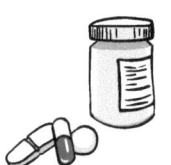

δισκία

thuốc viên

χάπι

viên thuốc

κλήση έκτακτης ανάγκης

gọi cấp cứu

πιεσόμετρο αίματος

máy đo huyết áp

άρρωστος / υγιής

bệnh / khỏe mạnh

Βοήθεια!

cứu!

συναγερμός

báo động

βιαιοπραγία

cuộc đột kích

επίθεση

sự tấn công

κίνδυνος

mối nguy hiểm

έξοδος κινδύνου

lối thoát hiểm

Φωτιά!

cháy!

πυροσβεστήρας

bình chữa cháy

ατύχημα

tai nạn

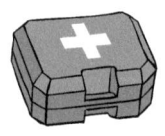

κουτί πρώτων βοηθειών

bộ dụng cụ sơ cứu

SOS

SOS

αστυνομία

cảnh sát

Ευρώπη

châu Âu

Βόρεια Αμερική

Bắc Mỹ

Νότια Αμερική

Nam Mỹ

Αφρική

châu Phi

Ασία

châu Á

Αυστραλία

châu Úc

Ατλαντικός Ωκεανός

Đại Tây Dương

Ειρηνικός Ωκεανός

Thái Bình Dương

Ινδικός Ωκεανός

Ấn Độ Dương

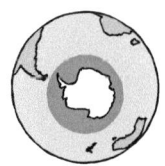

Ανταρκτικός Ωκεανός

Nam Cực Dương

Αρκτικός Ωκεανός

Bắc Băng Dương

Βόρειος Πόλος

bắc cực

Νότιος Πόλος

nam cực

Ανταρκτική

nam cực

Γη

trái đất

γη

đất liền

θάλασσα

biển

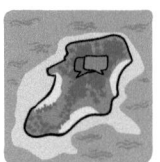

νησί

đảo

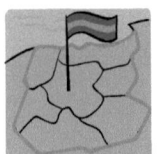

έθνος

quốc gia

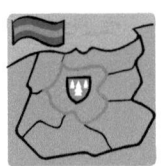

πολιτεία

nhà nước

κаντράν ρολογιού

mặt đồng hồ

ωροδείκτης

kim chỉ giờ

λεπτοδείκτης

kim chỉ phút

δείκτης δευτερολέπτων

kim chỉ giây

Τι ώρα είναι;

Bây giờ là mấy giờ?

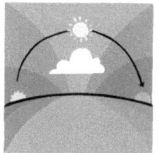

ημέρα

ngày

χρόνος

thời gian

τώρα

bây giờ

ψηφιακό ρολόι

đồng hồ điện tử

λεπτό

phút

ώρα

giờ

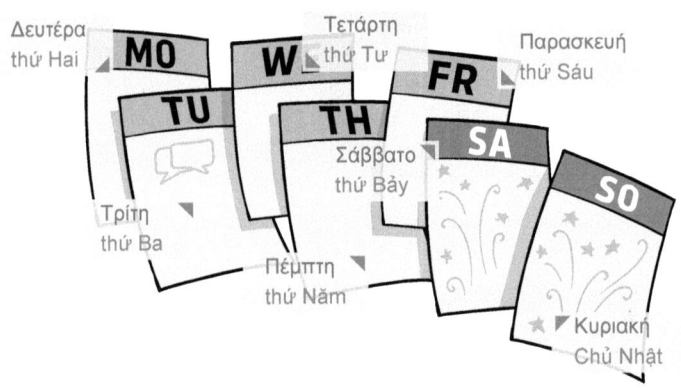

Δευτέρα / thứ Hai — MO
Τρίτη / thứ Ba — TU
Τετάρτη / thứ Tư — W
Πέμπτη / thứ Năm — TH
Παρασκευή / thứ Sáu — FR
Σάββατο / thứ Bảy — SA
Κυριακή / Chủ Nhật — SO

χθες

hôm qua

σήμερα

hôm nay

αύριο

ngày mai

πρωί

buổi sáng

μεσημέρι

buổi trưa

βράδυ

buổi tối

εργάσιμες ημέρες

ngày làm việc

Σαββατοκύριακο

cuối tuần

ουράνιο τόξο
cầu vồng

βροχή
mưa

χιόνι
tuyết

άνεμος
gió

άνοιξη
mùa xuân

φθινόπωρο
mùa thu

καλοκαίρι
mùa hè

χειμώνας
mùa đông

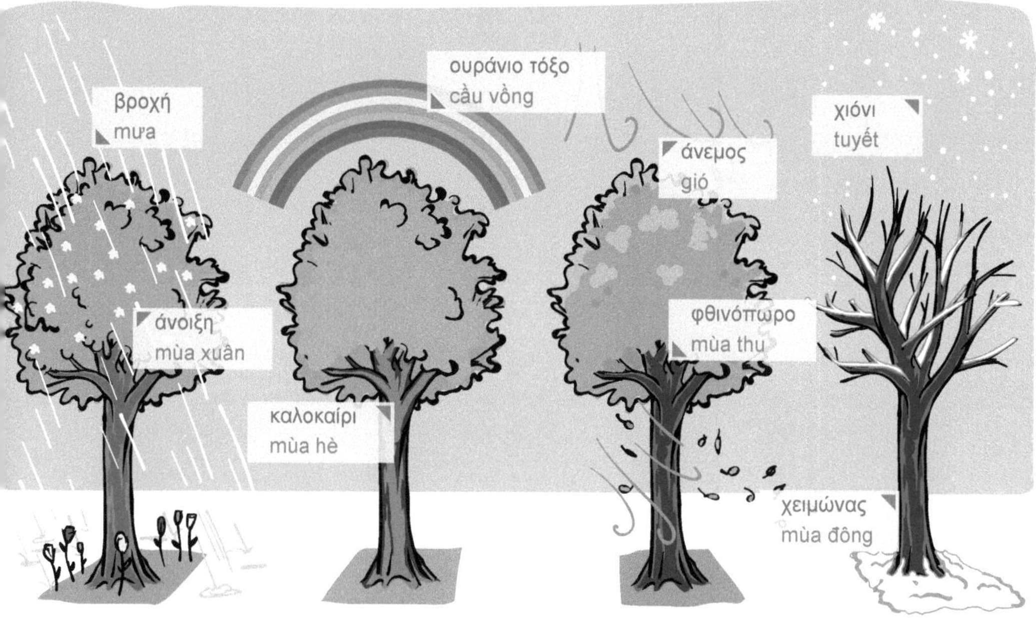

πρόγνωση καιρού
dự báo thời tiết

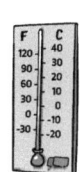

θερμόμετρο
nhiệt kế

λιακάδα
ánh nắng

σύννεφο
mây

ομίχλη
sương mù

υγρασία
độ ẩm không khí

αστραπή

tia chớp

κεραυνός

sấm sét

καταιγίδα

cơn bão

χαλάζι

mưa đá

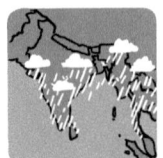

μουσώνας

gió mùa

πλημμύρα

lũ lụt

πάγος

nước đá

Ιανουάριος

tháng Một

Φεβρουάριος

tháng Hai

Μάρτιος

tháng Ba

Απρίλιος

tháng Tư

Μάιος

tháng Năm

Ιούνιος

tháng Sáu

Ιούλιος

tháng Bảy

Αύγουστος

tháng Tám

Σεπτέμβριος

tháng Chín

Οκτώβριος

tháng Mười

Νοέμβριος

tháng Mười Một

Δεκέμβριος

tháng Mười Hai

σχήματα
hình dạng

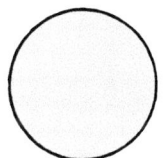

κύκλος

hình tròn

τετράγωνο

hình vuông

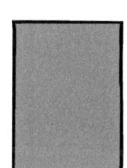

ορθογώνιο
παραλληλόγραμμο
hình chữ nhật

τρίγωνο

hình tam giác

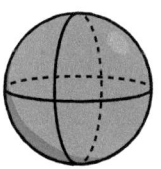

σφαίρα

hình cầu

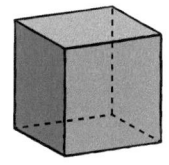

κύβος

khối vuông

χρώματα
màu sắc

άσπρο
màu trắng

κίτρινο
màu vàng

πορτοκαλί
màu cam

ροζ
màu hồng

κόκκινο
màu đỏ

μωβ
màu tím

μπλε
màu xanh dương

πράσινο
màu xanh lá cây

καφέ
màu nâu

γκρι
màu xám

μαύρο
màu đen

πολύ / λίγο

nhiều / ít

θυμωμένος / ήρεμος

tức tối / điềm tĩnh

όμορφος / άσχημος

xinh đẹp / xấu xí

αρχή / τέλος

bắt đầu / kết thúc

μεγάλος / μικρός

to / nhỏ

φωτεινός / σκοτεινός

sáng / tối

αδελφός / αδελφή

anh (em) trai / chị (em) gái

καθαρός / λερωμένος

sạch / bẩn

πλήρης / ατελής

đủ / thiếu

ημέρα / νύχτα

ngày / đêm

νεκρός / ζωντανός

chết / sống

φαρδύς / στενός

rộng / chật hẹp

βρώσιμος / μη βρώσιμος

ăn được / không ăn được

κακός / ευγενικός

ác / tử tế

ενθουσιασμένος / βαριεστημένος

hào hứng / chán nản

παχύς / λεπτός

béo / gầy

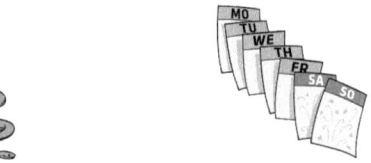

πρώτος / τελευταίος

đầu tiên / cuối cùng

φίλος / εχθρός

bạn / thù

γεμάτος / άδειος

đầy / rỗng

σκληρός / μαλακός

cứng / mềm

βαρύς / ελαφρύς

nặng / nhẹ

πείνα / δίψα

đói / khát

άρρωστος / υγιής

bệnh / khỏe mạnh

παράνομος / νόμιμος

bất hợp pháp / hợp pháp

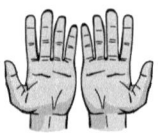

έξυπνος / χαζός

thông minh / ngu

αριστερός / δεξιός

trái / phải

κοντινός / μακρινός

gần / xa

86   αντίθετα - đối lập

καινούριος /
μεταχειρισμένος
mới / cũ

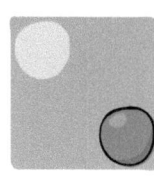

τίποτα / κάτι
không có gì cả / có cái gì đó

γέρος | νέος
già / trẻ

αναμμένος / σβηστός
bật / tắt

ανοιχτός / κλειστός
mở / đóng

χαμηλόφωνος /
μεγαλόφωνος
im lặng / ồn ào

πλούσιος / φτωχός
giàu / nghèo

σωστός / λανθασμένος
đúng / sai

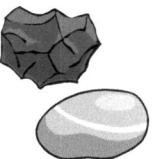

τραχύς / λείος
sần sùi / mịn màng

λυπημένος / χαρούμενος
buồn / vui

κοντός / μακρύς
ngắn / dài

αργός / γρήγορος
chậm / nhanh

υγρός / στεγνός
ẩm ướt / khô ráo

ζεστός / δροσερός
ấm áp / mát mẻ

πόλεμος / ειρήνη
chiến tranh / hòa bình

0

μηδέν

số không

1

ένα

một

2

δύο

hai

3

τρία

ba

4

τέσσερα

bốn

5

πέντε

năm

6

έξι

sáu

7

εφτά

bảy

8

οκτώ

tám

9

εννιά

chín

10

δέκα

mười

11

έντεκα

mười một

12
δώδεκα
mười hai

13
δεκατρία
mười ba

14
δεκατέσσερα
mười bốn

15
δεκαπέντε
mười lăm

16
δεκαέξι
mười sáu

17
δεκαεφτά
mười bảy

18
δεκαοκτώ
mười tám

19
δεκαεννέα
mười chín

20
είκοσι
hai mươi

100
εκατό
một trăm

1.000
χίλια
một ngàn

1.000.000
εκατομμύριο
một triệu

Αγγλικά

tiếng Anh

Αμερικάνικα Αγγλικά

tiếng Anh Mỹ

Μανδαρίνικα Κινέζικα

tiếng Quan Thoại

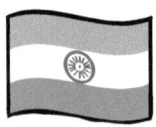

Χίντι

tiếng Hin-di

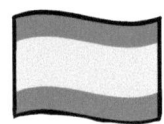

Ισπανικά

tiếng Tây Ban Nha

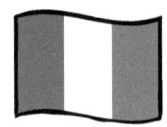

Γαλλικά

tiếng Pháp

Αραβικά

tiếng Ả-rập

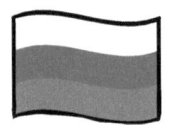

Ρώσικα

tiếng Nga

Πορτογαλικά

tiếng Bồ Đào Nha

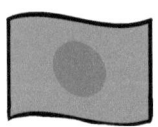

Μπενγκάλι

tiếng Bengal

Γερμανικά

tiếng Đức

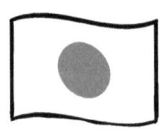

Ιαπωνικά

tiếng Nhật

εγώ

tôi

εσύ

bạn

αυτός / αυτή / αυτό

anh ta / cô ta / nó

εμείς

chúng tôi

εσείς

các bạn

αυτοί / αυτές / αυτά

họ

ποιος / ποια / ποιο;

ai?

τι;

cái gì?

πώς;

như thế nào?

πού;

ở đâu?

πότε;

lúc nào?

όνομα

tên

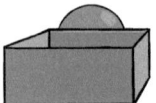

που
phía sau

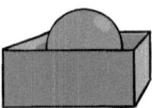

μέσα
ở trong

μπροστά
phía trước

πάνω από
phía trên

πάνω
ở trên

κάτω
ở dưới

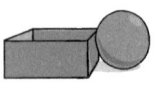

δίπλα
bên cạnh

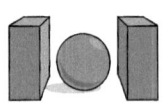

ανάμεσα
ở giữa

μέρος
chỗ